ਕਵੀਸ਼ਰ ਸਰਵਣ ਸਿੰਘ ਸ਼ਾਮ ਨਗਰ
ਦੀ ਕਲਮ ਦੇ
ਪ੍ਰਸੰਗ ਤੇ ਵਾਰਾ

ਕਵੀਸ਼ਰ ਸਰਵਣ ਸਿੰਘ ਸ਼ਾਮ ਨਗਰ

SIKH REFERENCE LIBRARY USA

ਕਵੀਸ਼ਰ ਸਰਵਣ ਸਿੰਘ ਸ਼ਾਮ ਨਗਰ ਦੀ ਕਲਮ ਦੇ ਪ੍ਰਸੰਗ ਤੇ ਵਾਰਾ

ਸਿੱਖ ਰੈਫਰੈਂਸ ਲਾਇਬ੍ਰੇਰੀ ਯੂ.ਐੱਸ.ਏ. ਅਤੇ ਲੇਖਕ ਦੁਆਰਾ ਕਾਪੀਰਾਈਟ © 2023

ਸਾਰੇ ਹੱਕ ਰਾਖਵੇਂ ਹਨ। ਇਸ ਪੁਸਤਕ ਦਾ ਕੋਈ ਵੀ ਹਿੱਸਾ ਲੇਖਕ ਜਾਂ ਸਿੱਖ ਰੈਫਰੈਂਸ ਲਾਇਬ੍ਰੇਰੀ ਯੂ.ਐੱਸ.ਏ. ਦੀ ਲਿਖਤੀ ਆਗਿਆ ਤੋਂ ਬਿਨਾਂ ਕਿਸੇ ਵੀ ਰੂਪ ਵਿੱਚ ਜਾਂ ਕਿਸੇ ਵੀ ਤਰੀਕੇ ਨਾਲ ਮੁੜ-ਪ੍ਰਕਾਸ਼ਿਤ ਜਾਂ ਪ੍ਰਸਾਰਿਤ ਨਹੀਂ ਕੀਤਾ ਜਾ ਸਕਦਾ।

ISBN: ੯੭੮- ੧- ੭੩੭੫੫੩੨- ੦- ੫ (ਹਾਰਡਕਵਰ)

ISBN: ੯੭੮- ੧- ੭੩੭੫੫੩੨- ੩- ੬ (ਇਲੈਕਟ੍ਰੋਨਿਕ)

ਯੂ.ਐੱਸ.ਏ. ਵਿੱਚ ਸਿੱਖ ਰੈਫਰੈਂਸ ਲਾਇਬਰੇਰੀ ਯੂ.ਐੱਸ.ਏ. ਦੁਆਰਾ ਪ੍ਰਿੰਟ ਕੀਤੀ ਗਈ।

ਸਮਰਪਣ

੫੨ ਕਵੀਆ ਦੇ ਰਾਚੇਤਾ, ਸਾਹਿ-ਸ਼ਹਿਨਸ਼ਾਹ, ਸੰਰਬੰਸਦਾਨੀ, ਸਾਰੇ ਜਹਾਨਾ ਦੇ ਵਾਲੀ, ਬਾਦਸਾਹਾਂ ਬਾਦਸਾਹ, ਦਰਵੇਸ਼, ਕਲਗੀਆਂ ਵਾਲੇ, ਬਾਜਾਂ ਵਾਲੇ, ਤਾਜਾਂ ਵਾਲੇ, ਸਾਜਾਂ ਵਾਲੇ, ਧੰਨ ਧੰਨ ਸਾਹਿਬ ਸ੍ਰੀ ਗੁਰੂ ਗੋਬਿੰਦ ਸਿੰਘ ਜੀ ਨੂੰ ।

ਕਵੀਰਾਜ ਕਵੀਸ਼ਰ ਭਾਈ ਜੋਗਾ ਸਿੰਘ ਜੀ ਜੋਗੀ

ਮੁੱਖ ਬੰਦ

ਵਾਹਿਗੁਰੂ ਜੀ ਕਾ ਖਾਲਸਾ ਵਾਹਿਗੁਰੂ ਜੀ ਕੀ ਫਤਹਿ।।

ਕਾਵਿ ਰਚਨਾ ਖਾਲਸੇ ਪੰਥ ਦਾ ਇੱਕ ਮਹੱਤਵਪੂਰਨ ਅਤੇ ਅਨਿਖੱੜਵਾ ਅੰਗ ਹੈ। ਕਾਵਿ ਰਚਨਾ ਨੂੰ ਪੜ ਕਿ, ਰੂਹ ਵਿੱਚ ਖੇੜਾ ਆ ਜਾਂਦਾ ਹੈ। ਇਹ ਪਰਮਾਰਥ ਦੇ ਰਸਤੇ ਤੇ ਤੁਰਨ ਦੀ ਇੱਕ ਕਲਾ ਹੈ। ਇਸੇ ਤਰ੍ਹਾਂ ਇਹ ਕਿਤਾਬ ਕਾਵਿ ਰੂਪ ਵਿੱਚ ਖਾਲਸੇ ਦੇ ਮਾਨ-ਮੱਤੇ ਇਤਿਹਾਸ ਨੂੰ ਦਰਸਾਉਂਦੀ ਹੈ।

ਕਵੀ ੨੦੧੦-੧੧ ਵਿੱਚ ਗੁਰਦੁਆਰਾ ਸ੍ਰੀ ਦਮਦਮਾ ਸਾਹਿਬ ਵਿਖੇ ਦਰਸ਼ਨ ਕਰਨ ਗਏ ਜਿਥੇ ਪੈਂਤੀ ਅਖਰ ਗੁਰਮੁਖੀ ਲਿਪੀ ਦੇ ਜੋ ਵੀ ਲਿਖਦਾ ਹੈ। ਉਸ ਤੋਂ ਦਸ਼ਮੇਸ਼ ਪਿਤਾ ਜੀ ਖੁਸ਼ ਹੋਕੇ ਝੋਲੀ ਵਿਚ ਵਿਦਿਆ ਦੀ ਦਾਤ ਤੇ ਉਸ ਦੀ ਕਲਮ ਨੂੰ ਬਲ ਦਿੰਦੇ ਹਨ। ਕਵੀ ਨੇ ਵੀ ਉੱਥੇ ਜਾ ਕੇ ਪੈਂਤੀ ਲਿਖੀ। ਫਿਰ ਹੌਲੀ-ਹੌਲੀ ਕਵੀ ਦੀ ਕਲਮ ਨੇ ਚਲਣਾ ਸ਼ੁਰੂ ਕੀਤਾ ਅੱਜ ਕਾਫੀ ਰਚਨਾਵਾਂ ਗੁਰ ਇਤਿਹਾਸ, ਸਮਾਜ, ਕੁਰੀਤੀਆ, ਸਿਆਸਤ ਪ੍ਰਤੀ ਆਦਿ ਕਵਿਤਾਵਾਂ ਦੀ ਦਾਤ ਦਸ਼ਮੇਸ਼ ਪਿਤਾ ਜੀ ਦੇ ਤਰਸ ਕਰਕੇ ਬਖਸ਼ੀ। ਜਿਸ ਵਿਚੋ ਕੁਝ ਇਸ ਕਿਤਾਬ ਵਿਚ ਲਿਖੀਆਂ ਗਈਆ ਹਨ। ਆਸ ਹੈ ਕਿ ਇਹ ਕਿਤਾਬ ਆਪ ਜੀ ਨੂੰ ਪਸੰਦ ਆਵੇਗੀ। ਆਉ ਕਵੀ ਦੇ ਜੀਵਨ ਤੇ ਪੰਛੀ ਚਾਤ ਮਾਰਦੇ ਹਾਂ।

ਕਵੀ ਸਰਵਣ ਸਿੰਘ ਦਾ ਜਨਮ ਪਿੰਡ ਸ਼ਾਮ ਨਗਰ ਨਜਦੀਕ ਕੱਥੂਨੰਗਲ ਜਿਲ੍ਹਾ ਅੰਮ੍ਰਿਤਸਰ ਸਹਿਬ ਸ. ਬਲਕਾਰ ਸਿੰਘ ਅਤੇ ਮਾਤਾ ਸੁਵਿੰਦਰ ਕੌਰ ਦੇ ਘਰ ਅਪ੍ਰੈਲ ੩੦, ੧੯੭੪ ਨੂੰ ਹੋਇਆ। ਕਵੀ ਦੇ ਪਿਤਾ ਜੀ ਖੇਤੀਬਾੜੀ ਦਾ ਕੰਮ ਕਰਦੇ ਹਨ। ਅਤੇ ਬਹੁਤ ਹੀ ਮਿਹਨਤੀ ਤੇ ਸਾਦੇ ਸੁਭਾਅ ਦੇ ਮਾਲਕ ਹਨ। ਅੱਤ ਦੀ ਗਰੀਬੀ ਤੇ ਵਿਚ ਰਹਿਕੇ ਕਵੀ ਨੇ ਪੰਜਵੀ ਜਮਾਤ ਤੱਕ ਸਰਕਾਰੀ ਪ੍ਰਾਇਮਰੀ ਸਕੂਲ ਸ਼ਾਮ ਨਗਰ ਤੇ

ਦਸਵੀ ਜਮਾਤ ੧੯੯੦ ਵਿੱਚ ਗੁਰੂ ਖਾਲਸਾ ਹਾਈ ਸਕੂਲ ਸ਼ਾਮ ਨਗਰ ਤੋ ਪਾਸ ਕੀਤੀ। ਪਿੰਡ ਸ਼ਾਮ ਨਗਰ ਗੁਰਦੁਆਰਾ ਟਾਹਲੀ ਸਾਹਿਬ ਛੇਵੇ ਪਾਤਸ਼ਾਹ ਜੀ ਦੀ ਚਰਨ ਛੋਹ ਪ੍ਰਾਪਤ ਹੈ ਜਿਥੇ ਹਰ ਸਾਲ ੨੧ ਹਾੜ ਨੂੰ ਪ੍ਰਕਾਸ਼ ਪੁਰਬ ਬੜੀ ਸ਼ਰਧਾ ਨਾਲ ਮਨਾਇਆ ਜਾਂਦਾ ਹੈ। ਜਿਥੇ ਕੌਮ ਦੇ ਮਸ਼ਹੂਰ ਢਾਡੀ ਅਤੇ ਕਵੀਸ਼ਰ ਸਾਹਿਬਾਨ ਆਉਦੇ ਹਨ। ਬਚਪਨ ਵਿਚ ਹੀ ਕਵੀਸ਼ਰ ਜੋਗਾ ਸਿੰਘ ਜੀ ਜੋਗੀ ਨੂੰ ਕਵੀ ਨੇ ਆਪਣੇ ਪਿੰਡ ਕਈ ਵਾਰ ਅਗੇ ਬਹਿਕੇ ਸੁਣਿਆ। ਫਿਰ ਕਵੀ ਨੇ ਉਹਨਾਂ ਦੀਆ ਇਕ ਦੋ ਕਿਤਾਬਾਂ ਚੋ ਕਵਿਤਾਵਾਂ ਪੜੀਆਂ। ਜਿਸ ਤੋ ਕਵੀ ਬਹੁਤ ਪ੍ਰਭਾਵਿਤ ਹੋਇਆ। ਫਿਰ ਖੇਤਾ ਨੂੰ ਜਾਦਿਆ, ਗੱਡੇ ਉਤੇ ਬੈਠਿਆਂ, ਉਚੀ ਉਚੀ ਗਾਈ ਜਾਣਾ, ਘਰ ਚ ਵੀ ਹਰ ਵੇਲੇ ਬੱਸ ਨਿਕੀ-ਨਿਕੀ ਆਵਾਜ ਚ ਕੁਝ ਗਾਉਦੇ ਰਹਿਣਾ। ਕਿਸੇ ਕਿਸੇ ਵੇਲੇ ਕਵੀ ਦੇ ਮਾਮਾ ਸੰਤੋਖ ਸਿੰਘ ਜੋ ਯੂਪੀ ਰਹਿੰਦੇ ਸੀ ਓਨਾਂ ਆਉਣਾ ਤਾ ਕਾਫੀ ਦਿਨ ਕਵੀ ਦੇ ਘਰ ਰਹਿਣਾ। ਓਹ ਵੀ ਕਵੀਸ਼ਰ ਜੋਗਾ ਸਿੰਘ ਜੀ ਦੇ ਛੰਦ ਬੜੀ ਮਿੱਠੀ ਆਵਾਜ ਚ ਬੋਲਦੇ ਰਹਿੰਦੇ ਅਤੇ ਕਵੀ ਨੂੰ ਵੀ ਨਾਲ ਖੇਤਾਂ ਵਿੱਚ ਬੈਠਿਆਂ ਸਿਖਾਉਦੇ ਰਹਿਦੇ। ਓਨਾ ਵੀ ਕਵੀ ਨੂੰ ਬਹੁਤ ਉਤਸ਼ਾਹਿਤ ਕੀਤਾ। ਫੌਜ ਦੀ ਭਰਤੀ ਵਾਸਤੇ ਬਹੁਤ ਯਤਨ ਕੀਤਾ। ਪਰ ਕਵੀ ਨੂੰ ਫੌਜ਼ ਵਿੱਚ ਜਾਣ ਦਾ ਮੌਕਾ ਪ੍ਰਾਪਤ ਨਾ ਹੋਇਆ। ਪੰਚਾਇਤ ਸੈਕਟਰੀ ਦੀ ਇੰਟਰਵਿਊ ਬਠਿੰਡੇ ਆ ਗਈ। ਪਰ ਘਰ ਕਰਾਏ ਦੇ ਪੈਸੇ ਨਾ ਹੋਣ ਕਾਰਨ ਓਹ ਵੀ ਰੱਦ ਕਰਨੀ ਪਈ। ਕਵੀ ਦੇ ਸਹੁਰਾ ਸਹਿਬ ਸ. ਦਲਬੀਰ ਸਿੰਘ ਰੰਧਾਵਾ ਜੋ ਪਿੰਡ ਨੜਾਂਵਾਲੀ ਜਿਲ੍ਹਾ ਗੁਰਦਾਸਪੁਰ ਦੇ ਹਨ। ਓਨਾ ਜਥੇਦਾਰ ਬਖਸ਼ੀਸ਼ ਸਿੰਘ ਜੀ ਧਾਰੋਵਾਲੀ ਨੂੰ ਕਹਿਕੇ ੨੦੦੧ ਨੂੰ ਜਨਮ ਅਸਥਾਨ ਬਾਬਾ ਬੁੱਢਾ ਸਾਹਿਬ ਕੱਥੂ ਨੰਗਲ ਵਿਖੇ ਅਖੰਡ ਪਾਠ ਸਾਹਿਬ ਜੀ ਦੀ ਡਿਊਟੀ ਤੇ ਸੇਵਾ ਦਿਵਾਈ। ੨੦੦੩ ਵਿੱਚ ਕਵੀ ਜਸਵਿੰਦਰ ਸਿੰਘ ਫੱਤੂਭੀਲਾ ਵੀ ਅਖੰਡ ਪਾਠ ਦੀ ਸੇਵਾ ਕਰਦੇ ਸਨ। ਕਵੀ ਦਾ ਮਿਲਾਪ ਉਥੇ ਉਹਨਾ ਨਾਲ ਹੋਇਆ। ਕਵੀ ਨੇ

ਪਹਿਲਾਂ ਕਵੀਸ਼ਰੀ ਦੀਵਾਨ ਨਿਕੀਆ ਸੋਹੀਆਂ ਵਿਖੇ ਲਾਇਆ। ਜਿਸ ਚ ਕਵਿਤਾਵਾਂ ਰਾਹੀਂ ਸਾਝ ਪਾਈ। ਸੰਗਤ ਨੇ ਬਹੁਤ ਪਿਆਰ ਦਿੱਤਾ। ਫਿਰ ਕਵੀ ਦੇ ਮਨ ਦਾ ਵਲਵਲਾ ਜਿਉ ਤੁਰਿਆ, ਪਿਛੇ ਮੁੜ ਕਿ ਨਹੀਂ ਦੇਖਿਆ। ਕਵੀ ਨੇ ਦਿਨ ਰਾਤ ਇਕ ਕਰ ਦਿੱਤਾ ਅਤੇ ਕਵੀਸ਼ਰੀ ਦੇ ਖੇਤਰ ਵਿੱਚ ਬਹੁਤ ਮਿਹਨਤ ਕੀਤੀ। ਕਵੀ ਨੇ ਕਵੀਸ਼ਰ ਜੋਗਾ ਸਿੰਘ ਜੀ ਜੋਗੀ ਨੂੰ ਆਪਣਾ ਸ਼ਬਦੀ ਗੁਰੂ ਉਸਤਾਦ ਮੰਨ ਲਿਆ। ਸਭ ਤੋ ਪਹਿਲਾ ਕਵੀ ਨੇ ਗਿਆਨੀ ਗੁਰਦੀਪ ਸਿੰਘ ਸ਼ਾਮ ਨਗਰ ਦੇ ਜਥੇ ਨਾਲ ਸੇਵਾ ਸ਼ੁਰੂ ਕੀਤੀ। ਫਿਰ ਗਿਆਨੀ ਹਰਬੰਸ ਸਿੰਘ ਜੀ ਮੌਜੀ ਦੇ ਜਥੇ ਨਾਲ, ਗਿਆਨੀ ਮੰਗਲ ਸਿੰਘ ਜੀ ਅਜਾਦ ਦੇ ਜਥੇ ਨਾਲ, ਕਾਬਲ ਸਿੰਘ ਮਰਗਿੰਦਪੁਰੀ ਦੇ ਜਥੇ ਨਾਲ, ਗਿਆਨੀ ਰਣਜੀਤ ਸਿੰਘ ਦੇ ਜਥੇ ਨਾਲ, ਅਤੇ ਜਸਵਿੰਦਰ ਫਤੂਭੀਲਾ ਦੇ ਜਥੇ ਨਾਲ ਵੀ ਸੇਵਾਵਾਂ ਨਿਭਾਈਆ। ਅੱਜਕੱਲ ਗਿਆਨੀ ਲਖਬੀਰ ਸਿੰਘ ਤੇੜੀ ਦੇ ਜਥੇ ਨਾਲ ਸੇਵਾ ਨਿਭਾ ਰਿਹਾ ਹਨ।

ਸਿਰਦਾਰ ਸਤਪ੍ਰੀਤ ਸਿੰਘ

ਮੁੱਖ ਅਧਿਕਾਰੀ

ਸਿੱਖ ਰੈਫਰੈਂਸ ਲਾਇਬ੍ਰੇਰੀ ਅਮਰੀਕਾ

ਦੋ ਬੰਦ

ਵਾਹਿਗੁਰੂ ਜੀ ਕਾ ਖਾਲਸਾ ਵਾਹਿਗੁਰੂ ਜੀ ਕੀ ਫਤਹਿ।।

ਕਵੀਸ਼ਰ ਸਰਵਣ ਸਿੰਘ ਸ਼ਾਮ ਨਗਰ ਕਵੀ ਦੇ ਰੂਪ ਵਿੱਚ ਕਿਸੇ ਵੀ ਜਾਣ-ਪਛਾਣ ਦਾ ਮੁਥਾਜ ਨਹੀ। ਕਵੀਸਰ ਸਰਵਣ ਸਿੰਘ ਬਹੁਤ ਹੀ ਮਿੱਠੇ ਤੇ ਸਹਿਜ ਸੁਭਾ ਦਾ ਧਾਰਨੀ ਹੈ। ਪੂਰਨ ਰੂਪ ਵਿੱਚ ਖਾਲਸੇ ਪੰਥ ਨੂੰ ਸਮਰਪਿਤ ਹੈ। ਕਵੀ ਸਰਵਨ ਸਿੰਘ ਦੀਆ ਕਵੀਤਾਵਾ, ਜਿਥੇ ਸਾਨੂੰ ਇਤਿਹਾਸ ਤੋ ਜਾਣੂ ਕਰਵਾਉਦੀਆਂ ਹਨ। ਉਥੇ ਸਮਾਜ ਵਿੱਚ ਹੋ ਰਹੀਆ ਕੁਰੀਤੀਆ ਤੋ ਵੀ ਅਗਾਹ ਕਰਦੀਆ ਹਨ। ਮੈਨੂੰ ਪੂਰਨ ਆਸ ਹੈ ਕਿ ਕਵੀ ਸਰਵਨ ਸਿੰਘ ਦੀ ਇਹ ਪਲੇਠੀ ਕਿਤਾਬ ਸਮਾਜ ਨੂੰ ਸਹੀ ਸੇਧ ਦੇਣ ਵਿੱਚ ਆਪਣਾ ਯੋਗਦਾਨ ਪਾਇਗੀ।

ਜਥਾ ਕਵੀਸ਼ਰ ਸੁਲੱਖਨ ਸਿੰਘ ਰਿਆੜ

ਦੋ ਬੰਦ

ਇਕ ਹੋਣਹਾਰ ਕਵੀਸ਼ਰ ਸਰਵਣ ਸਿੰਘ ਸ਼ਾਮ ਨਗਰ ਜੋ ਕਵੀਸ਼ਰੀ ਕਲਾ ਰਾਹੀ ਸੇਵਾ ਨਿਭਾਉਣ ਦੇ ਨਾਲ ਨਾਲ ਲਿਖਣ ਦਾ ਵੀ ਸ਼ੌਕ ਰਖਦਾ ਹੈ। ਕਲਮ ਤੋਂ ਹਰ ਖੇਤਰ ਦੀ ਕਵਿਤਾ ਜਿਵੇ ਧਾਰਮਿਕ ਤੇ ਸਮਾਜਿਕ ਪ੍ਰਤੀ ਲਿਖਦਾ ਹੈ ਤਾਂ ਰੂਹਾਨੀਅਤ ਨਾਲ ਲਿਖਦਾ ਕਈ ਕਵਿਤਾਵਾਂ ਬਹੁਤ ਮਕਬੂਲ ਹੋਈਆਂ ਜਿਵੇ ਦੀਪ ਸਿਧੂ ਬਾਬਤ।। ਦੀਪ ਨੇ ਦੀਪਕ ਵਾਗਰਾਂ ਸੀ ਜਗ ਰੁਸ਼ਨਾਇਆ।। ਸਾਡੇ ਜਥੇ ਨੇ ਇੰਡੀਆ ਤੇ ਵਿਦੇਸ਼ਾ ਵਿਚ ਵੀ ਬੋਲੀ ਬਹੁਤ ਪਿਆਰ ਮਿਲਿਆ ਜਿਥੇ ਸਾਨੂੰ ਮਾਣ ਮਿਲਿਆ ਓਥੇ ਲਿਖਾਰੀ ਦਾ ਵੀ ਕੱਦ ਉਚਾ ਹੋਇਆ। ਇਕ ਕਵਿਤਾ ਦੋਵਾਂ ਵੀਰਾਂ ਮਲਕੀਤ ਸਿੰਘ ਸਰਪੰਚ ਤੇ ਸਰਵਣ ਸਿੰਘ ਨੇ ਸਾਝੀ ਲਿਖੀ।। ਬਸ ਇਕੋ ਰੀਝ ਖਾਲਸੇ ਦਾ ਰਾਜ ਵੇਖਣਾ।। ਜਿਸਨੂੰ ਬਹੁਤ ਹੀ ਪਿਆਰ ਮਿਲਿਆ ਜਦ ਪਿੰਡ ਰੋਡੇ ਵਿਖੇ ਭਾਈ ਅੰਮ੍ਰਿਤਪਾਲ ਸਿੰਘ ਦੀ ਦਸਤਾਰ ਬੰਦੀ ਤੇ ਵਾਰਸ ਪੰਜਾਬ ਦੇ ਜਥੇਬੰਦੀ ਦੀ ਪਹਿਲੀ ਵਰ੍ਹੇਗੰਢ ਤੇ ਗਿ ਗੁਰਪ੍ਰੀਤ ਸਿੰਘ ਲਾਂਡਰਾਂ ਦੇ ਜਥੇ ਨੇ ਗਾਈ ਬਹੁਤ ਹੀ ਮਾਣ ਮਿਲਿਆ ਸੀ ਆਉਣ ਵਾਲੇ ਸਮੇਂ ਵਿਚ ਕਵੀਸ਼ਰ ਸਰਵਣ ਸਿੰਘ ਸ਼ਾਮ ਨਗਰ ਦੀ ਇਕ ਕਿਤਾਬ ਸਿਖ ਰੈਫਰੈਂਸ ਲਾਇਬ੍ਰੇਰੀ ਅਮਰੀਕਾ ਵਲੋ ਛਾਪੀ ਜਾ ਰਹੀ ਹੈ ਜਿਸ ਵਿਚ ਪ੍ਰਸੰਗ ਤੇ ਕਾਫੀ ਕਵਿਤਾਵਾਂ ਛਪ ਕੇ ਸਰੋਤਿਆਂ ਤਕ ਪਹੁੰਚ ਜਾਵੇਗੀ ਆਸ ਹੈ ਕਿ ਆਉਣ ਵਾਲੇ ਸਮੇਂ ਵਿਚ ਵੀ ਸਰਵਣ ਸਿੰਘ ਸ਼ਾਮ ਨਗਰ ਦੀ ਕਲਮ ਬੇਬਾਕ ਚਲਦੀ ਰਹੇ ਤੇ ਨਵੇ ਨਵੇ ਪ੍ਰਸੰਗ ਤੇ ਕਵਿਤਾਵਾਂ ਲਿਖਦੀ ਰਹੇ ਸਾਡੀ ਅਰਦਾਸ ਹੈ ਕਿ ਵੀਰ ਸਰਵਣ ਸਿੰਘ ਸ਼ਾਮ ਨਗਰ ਚੜ੍ਹਦੀ ਕਲਾ ਨਾਲ ਕੌਮ ਦੀ ਸੇਵਾ ਕਰਦਾ ਰਹੇ।

ਜਥਾ ਕਵੀਸ਼ਰ ਗਿਆਨੀ ਮਹਿਲ ਸਿੰਘ ਜੀ

ਦੋ ਬੰਦ

ਵਾਹਿਗੁਰੂ ਜੀ ਕਾ ਖਾਲਸਾ ਵਾਹਿਗੁਰੂ ਜੀ ਕੀ ਫਤਹਿ।।

ਕਵੀਸ਼ਰ ਸਰਵਣ ਸਿੰਘ ਦੀਆ ਰਚੀਆਂ ਕਵੀਤਾਵਾਂ ਨੂੰ ਪੰਥ ਦੇ ਪ੍ਰਸਿੱਧ ਕਵੀਆਂ ਅਤੇ ਢਾਡੀਆ ਨੇ ਦੇਸ-ਵਿਦੇਸ ਵਿੱਚ ਬੜੀ ਰੀਜ਼ ਨਾਲ ਗਾਇਆ ਤੇ ਗਾਉਂਦੇ ਹਨ। ਅਕਾਲ ਪੁਰਖ ਅੱਗੇ ਅਰਦਾਸ ਹੈ ਕਿ ਉਹ ਇਸੇ ਹੀ ਤਰ੍ਹਾਂ ਕਵੀ ਸਰਵਣ ਸਿੰਘ ਸ਼ਾਮ ਨਗਰ ਤੇ ਉਹਨਾ ਦੀ ਕਲਮ ਨੂੰ ਬਲ ਬਖ਼ਸਦੇ ਰਹਿਣ।

ਢਾਡੀ ਜਥਾ ਗੁਰਪ੍ਰੀਤ ਸਿੰਘ ਲਾਂਡਰਾਂ

ਦੋ ਬੰਦ

ਵਾਹਿਗੁਰੂ ਜੀ ਕਾ ਖਾਲਸਾ ਵਾਹਿਗੁਰੂ ਜੀ ਕੀ ਫਤਹਿ।।

ਕਵੀਸ਼ਰੀ ਕਲਾ ਜੁਗਾਂ ਤੋ ਚਲਦੀ ਆ ਰਹੀ ਹੈ ਇਸ ਕਲਾਂ ਨੂੰ ਵਖ ਵਖ ਤਰ੍ਹਾਂ ਨਾਲ ਪੇਸ਼ ਕੀਤਾ ਜਾਦਾ ਰਿਹਾ ਤੇ ਵਖ ਵਖ ਤਰ੍ਹਾਂ ਦੀਆਂ ਤਰਜਾਂ ਰਾਹੀ ਵਖ ਵਖ ਲਿਖਾਰੀਆਂ ਵਲੋ ਲਿਖਿਆ ਗਿਆ ਹੈ ਤੇ ਗਾਇਆ ਗਿਆ ਹੈ ਇਸ ਕਲਾ ਨੂੰ ਮਾਲਵੇ ਦੇ ਮਹਾਨ ਲਿਖਾਰੀਆਂ ਵਲੋ ਦੋਆਬੇ ਅਤੇ ਮਾਝੇ ਦੇ ਲਿਖਾਰੀਆਂ ਵਲੋ ਗੁਰ ਇਤਿਹਾਸ ਤੇ ਸਮਾਜਿਕ ਖੇਤਰ ਵਿਚ ਵੀ ਪੇਸ਼ ਗਿਆ ਅਤੇ ਇਸ ਕਲਾ ਨੇ ਦੇਸ਼ ਵਿਦੇਸ਼ ਤਕ ਆਪਣੀ ਪਹਿਚਾਣ ਬਣਾਈ ਅਤੇ ਸੰਸਾਰ ਭਰ ਚੋ ਨਾਮਣਾ ਖੱਟਿਆ ਹੈ ਇਸੇ ਤਰਜ ਤੇ ਉਭਰਦਾ ਕਵੀਸ਼ਰ ਸਰਵਣ ਸਿੰਘ ਸ਼ਾਮ ਨਗਰ ਜੋ ਸਟੇਜ ਤੋ ਸੇਵਾ ਨਿਭਾ ਰਿਹਾ ਹੈ ਉਥੇ ਕਲਮ ਵੀ ਵਧੀਆ ਬਖਸ਼ੀ ਹੈ ਦਸ਼ਮੇਸ਼ ਪਿਤਾ ਜੀ ਨੇ ਸਾਨੂੰ ਬੜਾ ਮਾਣ ਹੈ ਇਸ ਹੋਣਹਾਰ ਕਵੀਸ਼ਰ ਸਰਵਣ ਸਿੰਘ ਤੇ ਪਾਤਸ਼ਾਹ ਹੋਰ ਵੀ ਬਲ ਬਖਸ਼ੇ ਚੜ੍ਹਦੀ ਕਲਾ ਨਾਲ ਕੌਮ ਦੀ ਸੇਵਾ ਕਰੇ ਸਾਡੀ ਅਰਦਾਸ ਹੈ। ਕਵੀਸ਼ਰ ਭਗਵੰਤ ਸਿੰਘ ਸੂਰਵਿੰਡ, ਗਿ ਗੁਰਿੰਦਰਪਾਲ ਸਿੰਘ ਬੈਕਾਂ ਅਤੇ ਸਾਥੀ।

ਜਥਾ ਕਵੀਸ਼ਰ ਭਗਵੰਤ ਸਿੰਘ ਸੂਰਵਿੰਡ

ਦੋ-ਬੰਦ

ਵਾਹਿਗੁਰੂ ਜੀ ਕਾ ਖਾਲਸਾ ਵਾਹਿਗੁਰੂ ਜੀ ਕੀ ਫਤਹਿ।।

ਕਵੀਸ਼ਰ ਭਾਈ ਸਰਵਣ ਸਿੰਘ ਸ਼ਾਮ ਨਗਰ ਬਾਰੇ ਲਿਖਦਿਆਂ ਮੁਖਬੰਦ ਦੇ ਅਲਫਾਜ਼ ਪੇਸ਼ ਕਰਨ ਲਗਾ ਹਾਂ। ਕਵੀਸਰੀ ਕਲਾਂ ਪੰਜਾਬ ਦੇ ਤੇ ਭਾਰਤ ਦੇ ਇਤਿਹਾਸਕ ਸ੍ਰੋਤਾਂ ਵਿਚ ਬਹੁਤ ਵੱਡਾ ਸਥਾਨ ਰੱਖਦੀ ਹੈ। ਗੁਰੂ ਕਾਲ ਤੋਂ ਹੀ ਕਵੀਸ਼ਰੀ ਕਲਾ ਸਿੱਖਾਂ ਦੇ ਇਤਿਹਾਸ ਵਿਚ ਬਹੁਤ ਵੱਡਾ ਮਾਣ ਰੱਖਦੀ ਹੈ ਗੁਰੂ ਸਾਹਿਬ ਜੀ ਦੀ ਗੁਰਬਾਣੀ ਨੂੰ ਵੀ ਗੁਰੂ ਜੀ ਨੇ ਕਾਵਿ-ਸੰਗ੍ਰਹਿ ਕਾਵਿ ਰੂਪ ਦਿੱਤਾ ਹੈ ਗੁਰੂ ਅਰਜਨ ਸਾਹਿਬ ਵੇਲੇ ਵੀ ਕਵੀਸ਼ਰੀ ਕਲਾ ਬਹੁਤ ਵਧੀਆ ਸਥਾਨ ਰੱਖਦੀ ਸੀ। ਪੰਜਾਬ ਦੇ ਕਵੀਆਂ ਨੇ ਆਪਣੀ ਆਪਣੀ ਬੁੱਧੀ ਅਨੁਸਾਰ ਇਸ ਵਿਚ ਮੱਲਾਂ ਮਾਰੀਆਂ ਸ੍ਰੀ ਗੁਰੂ ਗੋਬਿੰਦ ਸਿੰਘ ਸਾਹਿਬ ਜੀ ਨੇ ਪਾਉਂਟਾ ਸਾਹਿਬ ਦੀ ਧਰਤੀ ਤੇ ਕਵੀ ਤੇ ਕਵੀਸ਼ਰਾ ਨੂੰ ਇੰਨਾ ਵੱਡਾ ਮਾਣ ਸਨਮਾਨ ਬਖਸ਼ਿਆ ਕਿ ਅੱਜ ਸਿੱਖ ਜਗਤ ਵੀ ਉਸੇ ਤਰ੍ਹਾਂ ਮਾਣ ਬਖ਼ਸ਼ ਰਿਹਾ ਹੈ। ਕਵੀਸ਼ਰ ਕਿਸੇ ਦੀ ਕਵਿਤਾ ਲਿਖੀ ਹੋਈ ਨੂੰ ਗਾ ਲੈਂਦਾ ਹੈ ਪਰ ਜੇ ਆਪ ਮਿਹਨਤ ਕਰਕੇ ਆਪ ਕਵਿਤਾ ਲਿਖੇ ਉਸ ਉੱਪਰ ਗੁਰੂ ਸਾਹਿਬ ਜੀ ਦੀ ਕਿਰਪਾ ਦ੍ਰਿਸ਼ਟੀ ਹੁੰਦੀ ਹੈ। ਇਸੇ ਹੀ ਕਿਰਪਾ ਦ੍ਰਿਸ਼ਟੀ ਨਾਲ ਕਵੀਸ਼ਰ ਭਾਈ ਸਰਵਣ ਸਿੰਘ ਸ਼ਾਮ ਨਗਰ ਨੂੰ ਗੁਰੂ ਸਾਹਿਬ ਜੀ ਨੇ ਮਾਣ ਬਖਸ਼ਿਆ ਕਿ ਇਤਿਹਾਸ ਦਾ ਵਿਸ਼ਾ ਪੜਦਿਆਂ ਸਾਰ ਹੀ ਭਾਈ ਸਾਹਿਬ ਜੀ ਦੀ ਕਲਮ ਉਸੇ ਵੇਲੇ ਹੀ ਅੰਗੜਾਈਆਂ ਲੈਂਦੀ ਹੋਈ ਉੱਛਲ ਉੱਛਲ ਕੇ ਪੈਂਦੀ ਹੈ ਤੇ ਕਵੀਸ਼ਰ ਭਾਈ ਸਰਵਣ ਸਿੰਘ ਗੁਰੂ ਸਾਹਿਬ ਦੀ ਬਖਸ਼ਿਸ਼ ਨਾਲ ਉਸ ਇਤਿਹਾਸ ਦੇ ਵਿਸ਼ੇ ਨੂੰ ਲੈਕੇ ਉਸੇ ਵੇਲੇ ਕਾਵਿ ਰੂਪ ਦੇ ਦਿੰਦੇ ਹਨ ਭਾਈ

ਸਾਹਿਬ ਜੀ ਨੂੰ ਕਿਸੇ ਵੀ ਤਰ੍ਹਾਂ ਦੇ ਇਤਿਹਾਸ ਨੂੰ ਛੰਦਾਂ ਵਿਚ ਪਰੋਣਾ ਜਿਵੇਂ ਮਾਲਾ ਦੇ ਮਣਕੇ ਨਾਲ਼ ਮਣਕਾ ਮੇਲ਼ ਜੋਲ ਖਾਂਦਾ ਹੈ ਏਸੇ ਤਰ੍ਹਾਂ ਹਰ ਛੰਦ ਹੀ ਪਰੋਇਆ ਜਾਂਦਾ ਹੈ ਕਵਿਤਾ ਪੜ੍ਹਨ ਵਾਲੇ ਨੂੰ ਤੇ ਗਾਉਣ ਵਾਲੇ ਨੂੰ ਸੁਖਾਲਾ ਵੀ ਲੱਗਦਾ ਤੇ ਆਨੰਦ ਵੀ ਆਉਂਦਾ ਇਹੋ ਆਨੰਦ ਸਰਵਣ ਕਰਨ ਵਾਲੇ ਨੂੰ ਵੀ ਬਣਦਾ ਭਾਈ ਸਾਹਿਬ ਨੂੰ ਹਾਸ ਰਸ ਸ਼ਿੰਗਾਰ ਰਸ ਬੀਰ ਰਸ ਵੈਰਾਗ ਰਸ ਹਰ ਇਕ ਰਸ ਦਾ ਛੰਦ ਲੜੀ ਵਿਚ ਪ੍ਰਾਉਣਾ ਆਉਂਦਾ ਸਾਡੇ ਜਥੇ ਨੇ ਕਈ ਪ੍ਰਸੰਗ ਗਾ ਕੇ ਵੇਖੇ ਜਿਥੇ ਆਪ ਨੂੰ ਆਨੰਦ ਆਉਂਦਾ ਉਥੇ ਸਰੋਤਿਆਂ ਨੂੰ ਵੀ ਆਨੰਦ ਆਉਂਦਾ ਬਸ ਅਖੀਰ ਵਿੱਚ ਇਹੋ ਅਰਦਾਸ ਕਰਦੇ ਹਾਂ ਕਿ ਭਾਈ ਸਰਵਣ ਸਿੰਘ ਜੀ ਨੂੰ ਗੁਰੂ ਸਾਹਿਬ ਤੰਦਰੁਸਤੀ ਤੇ ਜਗਤ ਦੀਆਂ ਖੁਸ਼ੀਆਂ ਦੇ ਕੇ ਗੁਰੂ ਸਾਹਿਬ ਜੀ ਨਿਵਾਜਣ ਇਸ ਕਿਤਾਬ ਨੂੰ ਕਾਵਿ ਰੂਪਾਂਤਰਤ ਕਰਦੀਆਂ ਕਵਿਤਾਵਾਂ ਨੂੰ ਪੜ੍ਹਨ ਤੇ ਗਾਉਂਣ ਵਾਲਿਆਂ ਨੂੰ ਬਹੁਤ ਆਨੰਦ ਆਵੇਗਾ ਸੋ ਇੰਨਾ ਕੁਝ ਕਹਿੰਦਾ ਹੋਇਆ ਆਸ ਕਰਦਾ ਕਿ ਅਸੀਂ ਸਾਰੇ ਇਸ ਕਿਤਾਬ ਵਿੱਚੋ ਬਹੁਤ ਕੁਝ ਨਵਾਂ ਪ੍ਰਾਪਤ ਕਰਨ ਦਾ ਯਤਨ ਕਰਾਂਗੇ ਕਵੀਸ਼ਰ ਭਾਈ ਕੁਲਦੀਪ ਸਿੰਘ ਖਾਪੜ ਖੇੜੀ ਸ੍ਰੀ ਅੰਮ੍ਰਿਤਸਰ ਸਾਹਿਬ, ਸਾਥੀ ਭਾਈ ਭੁਪਿੰਦਰ ਸਿੰਘ ਤੇੜਾ, ਭਾਈ ਨਵਜੋਤ ਸਿੰਘ ਸ਼ਾਮ ਨਗਰ।

ਜਥਾ ਕਵੀਸ਼ਰ ਭਾਈ ਕੁਲਦੀਪ ਸਿੰਘ ਖਾਪੜ ਖੇੜੀ

ਵਿਸ਼ੇਸ਼ ਧੰਨਵਾਦ

੧. ਗੁਰੂ ਗੋਬਿੰਦ ਸਿੰਘ ਜੀ ਕਵੀਆ ਦੇ ਵਾਰਿਸ ਦਾ ਜਿਨ੍ਹਾਂ ਕਲਮ ਰਾਹੀਂ ਤੇ ਕਵੀਸ਼ਰੀ ਰਾਹੀ ਸੇਵਾ ਦਾ ਬਲ ਬਖਸ਼ਿਆ ਜੀ

੨. ਗਿਆਨੀ ਜਗਤਾਰ ਸਿੰਘ ਜੀ ਹੈਡ ਗ੍ਰੰਥੀ ਸੱਚਖੰਡ ਸ੍ਰੀ ਹਰਿਮੰਦਰ ਸਾਹਿਬ

੩. ਗਿਆਨੀ ਹਰਪ੍ਰੀਤ ਸਿੰਘ ਜੀ ਜਥੇਦਾਰ ਸ੍ਰੀਅਕਾਲ ਤਖਤ ਸਾਹਿਬ ਅੰਮ੍ਰਿਤਸਰ

੪. ਗਿਆਨੀ ਰਘਬੀਰ ਸਿੰਘ ਜੀ ਤਖਤ ਸ੍ਰੀ ਕੇਸਗੜ੍ਹ ਸਾਹਿਬ ਅਨੰਦਪੁਰ ਸਾਹਿਬ

੫. ਗਿਆਨੀ ਜੋਗਿੰਦਰ ਸਿੰਘ ਹੈਡ ਗ੍ਰੰਥੀ ਸ੍ਰੀ ਕੇਸਗੜ੍ਹ ਸਾਹਿਬ

੬. ਬਾਬਾ ਕੁਲਵੰਤ ਸਿੰਘ ਜੀ ਤਖਤ ਸ੍ਰੀ ਹਜੂਰ ਸਹਿਬ ਨਦੇੜ

੭. ਗਿਆਨੀ ਮਲਕੀਤ ਸਿੰਘ ਵਰਪਾਲ ਸਿੰਘ ਸਹਿਬ ਸ੍ਰੀ ਅਕਾਲ ਤਖਤ ਸਾਹਿਬ ਅਮ੍ਰਿਤਸਰ ਸਾਹਿਬ

੮. ਗਿਆਨੀ ਹਰਨਾਮ ਸਿੰਘ ਜੀ ਖਾਲਸਾ ਦਮਦਮੀ ਟਕਸਾਲ ਮਹਿਤਾ

੯. ਮਹਾਪੁਰਸ਼ ਬਾਬਾ ਲੱਖਾ ਸਿੰਘ ਜੀ ਟਾਹਲੀ ਸਾਹਿਬ ਵਾਲੇ

੧੦. ਮਹਾਪੁਰਸ਼ ਬਾ ਨਰਿੰਦਰ ਸਿੰਘ ਜੀ ਹਜੂਰ ਸਹਿਬ ਵਾਲੇ

੧੧. ਬਾਬਾ ਬਲਵਿੰਦਰ ਸਿੰਘ ਜੀ ਹਜੂਰ ਸਹਿਬ ਵਾਲੇ

੧੨. ਬਾਬਾ ਕੁਲਦੀਪ ਸਿੰਘ ਜੀ ਕੌਂਠਾ ਹਜੂਰ ਸਹਿਬ ਵਾਲੇ

੧੩. ਬਾਬਾ ਅਵਤਾਰ ਸਿੰਘ ਜੀ ਸੁਰ ਸਿੰਘ ਵਾਲੇ

੧੪. ਬਾਬਾ ਦਰਸ਼ਨ ਸਿੰਘ ਜੀ ਬੋਰੇ ਵਾਲੇ

੧੫. ਬਾਬਾ ਅਮਰਜੀਤ ਸਿੰਘ ਧਰਮਕੋਟ ਵਾਲੇ

੧੬. ਬਾਬਾ ਹਰੀ ਸਿੰਘ ਨਾਨਕਸਰ ਕਲੇਰਾਂ ਵਾਲੇ

੧੭. ਬਾਬਾ ਸੱਜਣ ਸਿੰਘ ਜੀ ਬੇਰ ਸਾਹਿਬ ਵਾਲੇ

੧੮. ਬਾਬਾ ਕਾਰਜ ਸਿੰਘ ਜੀ ਬਾਜਾਖਾਨਾਂ

੧੯. ਬਾਬਾ ਮਨਮੋਹਣ ਸਿੰਘ ਜੀ ਭੰਗਾਲੀ ਵਾਲੇ

੨੦. ਬਾਬਾ ਅਜੈਬ ਸਿੰਘ ਜੀ ਕਾਰ ਸੇਵਾ ਮਰੜੀ ਕਲਾਂ ਵਾਲੇ

੨੧. ਬਾਬਾ ਪ੍ਰਭਜੀਤ ਸਿੰਘ ਜੀ ਕੰਦੋਵਾਲੀ

੨੨. ਬਾਬਾ ਸਤਨਾਮ ਸਿੰਘ ਜੀ ਗੁਰੂ ਕਾ ਬਾਗ ਵਾਲੇ

੨੩. ਬਾਬਾ ਗੁਰਨਾਮ ਸਿੰਘ ਜੀ ਡਰੋਲੀ ਭਾਈ ਕੀ

੨੪. ਬਾਬਾ ਹਰਭਜਨ ਸਿੰਘ ਭਲਵਾਨ

੨੫. ਬਾਬਾ ਗੁਰਨਾਮ ਸਿੰਘ ਮਹਿੰਗਾਪੁਰ ਯੂਪੀ ਵਾਲੇ

੨੬. ਬਾਬਾ ਭੋਲਾ ਸਿੰਘ ਬੱਡੂਵਾਲ

੨੭. ਬਾਬਾ ਸੂਬਾ ਸਿੰਘ ਮੱਲ ਧਰਮਕੋਟ ਵਾਲੇ

੨੮. ਬਾਬਾ ਸੁਖਦੇਵ ਸਿੰਘ ਕੋਟ ਸਦਰ ਖਾਂ

੨੯. ਬਾਬਾ ਬਚਿੱਤਰ ਸਿੰਘ ਸ਼ਾਹ ਅਬੂ ਬੱਕਰ

੩੦. ਬਾਬਾ ਗੁਰਦੇਵ ਸਿੰਘ ਸ਼ਹੀਦੀ ਬਾਗ ਵਾਲੇ

੩੧. ਬਾਬਾ ਬਲਬੀਰ ਸਿੰਘ ਜੀ ਤਰਨਾ ਦਲ

੩੨. ਬਾਬਾ ਗੱਜਣ ਸਿੰਘ ਜੀ ਤਰਨਾ ਦਲ

੩੩. ਬਾਬਾ ਹਰਪ੍ਰੀਤ ਸਿੰਘ ਕਾਦਰਾਬਾਦ

੩੪. ਬਾਬਾ ਇਕਬਾਲ ਸਿੰਘ ਬੱਲਾ ਵਾਲੇ

੩੫. ਬਾਬਾ ਕਵਲਜੀਤ ਸਿੰਘ ਨਾਗੀਆਣਾ ਸਹਿਬ

੩੬. ਬਾਬਾ ਭਗਤ ਜੀ ਰਿਆਲੀ ਵਾਲੇ

੩੭. ਬਾਬਾ ਲਹਿਣਾ ਸਿੰਘ ਜੀ ਦਮਦਮੀ ਟਕਸਾਲ ਵਾਲੇ

੩੮. ਬਾਬਾ ਅਮਰੀਕ ਸਿੰਘ ਨਿਕੇ ਘੁੰਮਣ

੩੯. ਬਾਬਾ ਸਤਨਾਮ ਸਿੰਘ ਜੀ ਪਿਪਲੀ ਸਹਿਬ ਕੁਰਸ਼ੇਤਰ ਵਾਲੇ

੪੦. ਬਾਬਾ ਜੋਗਾ ਸਿੰਘ ਨਬੀਆਬਦ

੪੧. ਬਾਬਾ ਲੀਡਰ ਸਿੰਘ ਸੈਫਲਾਬਾਦ ਵਾਲੇ

੪੨. ਸਾਰੇ ਸਤਿਕਾਰ ਯੋਗ ਕਵੀਸ਼ਰ ਸਿੰਘਾਂ ਤੇ ਢਾਡੀ ਸਿੰਘਾਂ ਜੋ ਅਥਾਹ ਪਿਆਰ ਦੇ ਕੇ ਨਿਵਾਜਦੇ

੪੩. ਬਾਬਾ ਅਨਹਦਰਾਜ ਸਿੰਘ ਜੀ ਸਮਰਾਲਾ ਚੌਕ

੪੪. ਗਿਆਨੀ ਪ੍ਰੇਮ ਸਿੰਘ ਜੀ ਦੁਧਾਲਾ ਤਲਵੰਡੀ ਕਨੇਡਾ ਵਾਲੇ

੪੫. ਗਿਆਨੀ ਪਿੰਦਰਪਾਲ ਸਿੰਘ ਜੀ ਕਥਾ ਵਾਚਕ

੪੬. ਗਿਆਨੀ ਸਰਬਜੀਤ ਸਿੰਘ ਲੁਧਿਆਣਾ

੪੭. ਗਿਆਨੀ ਸ਼ਰਨਜੀਤ ਸਿੰਘ ਏਅਰਪੋਰਟ ਅੰਮ੍ਰਿਤਸਰ ਸਹਿਬ

੪੮. ਸਕੱਤਰ ਸਤਬੀਰ ਸਿੰਘ ਜੀ ਧਰਮ ਪ੍ਰਚਾਰ ਕਮੇਟੀ ਅੰਮ੍ਰਿਤਸਰ ਸਹਿਬ

੪੯. ਮੈਨੇਜਰ ਸਤਨਾਮ ਸਿੰਘ ਮਾਂਗਾ ਸਰਾਏ ਸੱਚਖੰਡ ਸ੍ਰੀ ਹਰਿਮੰਦਰ ਸਾਹਿਬ ਅੰਮ੍ਰਿਤਸਰ ਸਾਹਿਬ

੫੦. ਜਸਪਾਲ ਸਿੰਘ ਜੀ ਢੱਡੇ

੫੧. ਗਿ ਗੱਜਣ ਸਿੰਘ ਜੀ ਗੜਗੱਜ ਢੱਡੇ

੫੨. ਸਰਦਾਰ ਰਣਬੀਰ ਸਿੰਘ ਪਰਮਾਰ ਕਨੇਡਾ
੫੩. ਸਰਦਾਰ ਰਵਿੰਦਰ ਸਿੰਘ ਟਿੰਬਰ ਕਨੇਡਾ
੫੪. ਸਰਦਾਰ ਓਕਾਰ ਸਿੰਘ ਅਮਰੀਕਾ ਮਰੜੀ ਕਲਾ
੫੫. ਸਰਦਾਰ ਬਾਜ ਸਿੰਘ ਐਬਸਟਫੋਡ ਕਨੇਡਾ
੫੬. ਸਰਦਾਰ ਜਤਿੰਦਰ ਸਿੰਘ ਬਾਸੀ ਯੂ ਕੇ
੫੭. ਬਾਬਾ ਸੁਖਵਿੰਦਰ ਸਿੰਘ ਅਗਵਾਨਾ ਵਾਲੇ
੫੮. ਮਾਤਾ ਪਿਆਰ ਕੌਰ ਜੀ
੫੯. ਸ਼ਹੀਦ ਭਾਈ ਸਤਵੰਤ ਸਿੰਘ ਜੀ ਅਗਵਾਨ
੬੦. ਸਿਰਦਾਰ ਸਤਪ੍ਰੀਤ ਸਿੰਘ

ਤਤਕਰਾ

ਮੁੱਖ ਬੰਦ
ਦੋ ਬੰਦ ਜਥਾ ਕਵੀਸ਼ਰ ਸੁਲੱਖਨ ਸਿੰਘ ਰਿਆੜ
ਦੋ ਬੰਦ ਜਥਾ ਕਵੀਸ਼ਰ ਗਿਆਨੀ ਮਹਿਲ ਸਿੰਘ
ਦੋ ਬੰਦ ਢਾਡੀ ਜਥਾ ਗੁਰਪ੍ਰੀਤ ਸਿੰਘ ਲਾਂਡਰਾਂ
ਦੋ ਬੰਦ ਜਥਾ ਕਵੀਸ਼ਰ ਭਗਵੰਤ ਸਿੰਘ ਸੂਰਵਿੰਡ
ਦੋ ਬੰਦ ਜਥਾ ਕਵੀਸ਼ਰ ਭਾਈ ਕੁਲਦੀਪ ਸਿੰਘ ਖਾਪੜ ਖੇੜੀ
ਵਿਸ਼ੇਸ਼ ਧੰਨਵਾਦ
੧. ਧਰਤੀ ਦੀ ਪੁਕਾਰ..੧
੨. ਸ੍ਰੀ ਨਾਨਕ ਝੀਰਾ ਸਹਿਬ ਜੀ..੪
੩. ਚੋਲਾ ਸਾਹਿਬ ਡੇਰਾ ਬਾਬਾ ਨਾਨਕ ਜੀ................................੧੧
੪. ਬਾਲਾ ਪ੍ਰੀਤਮ ਸਹਿਬ ਸ੍ਰੀ ਗੁਰੂ ਹਰਿਕ੍ਰਿਸ਼ਨ ਸਹਿਬ ਜੀ
ਦੇ ਚਰਨਾਂ ਵਿੱਚ ਅਰਜੋਈ..੨੧
੫. ਪ੍ਰਸੰਗ ਮਾਤਾ ਸੁੰਦਰੀ ਜੀ ਦਾ ਵਿਆਹ ਦਸ਼ਮੇਸ਼ ਪਿਤਾ ਜੀ
ਦੇ ਨਾਲ...੨੪
੬. ਅਰਜੋਈ ਕਲਗੀਧਰ ਪ੍ਰੀਤਮ ਜੀ ਚਰਨਾਂ ਵਿੱਚ.......................੩੯
੭. ਗੁਰੂ ਹਰਕ੍ਰਿਸ਼ਨ ਸਾਹਿਬ ਦੇ ਪਰਉਪਕਾਰ............................੪੧
੮. ਪ੍ਰਸੰਗ ਬਾਬਾ ਕਿਸ਼ਨ ਕੁਅਰ ਸਾਹਿਬ ਜੀ..............................੪੩
੯. ਸਾਕਾ ਗੁਰੂ ਕਾ ਬਾਗ ਬਾਬਤ...੫੫
੧੦. ਮੋਰਚਾ ਗੁਰੂ ਕਾ ਬਾਗ ਅਤੇ ਪੰਜਾ ਸਾਹਿਬ ਸ਼ਤਾਬਦੀ ਨੂੰ
ਸਮਰਪਿਤ...੫੭
੧੧. ਕੌਮੀ ਹੀਰੇ ਸੰਤ ਜਰਨੈਲ ਸਿੰਘ ਜੀ ਨੂੰ ਪੰਥ ਦਾ ਤਰਲਾ............੬੨
੧੨. ਸਿੱਖ ਕੌਮ ਦਾ ਸੁਪਨਾ..੬੬
੧੩. ਬਾਗੀ...੬੮

੧੪.	ਝੂਠ ਦਾ ਬੋਲ ਬਾਲਾ ਸੱਚ ਨੂੰ ਫਾਂਸੀ	੨੦
੧੫.	ਜਰਨਲ ਸੁਬੇਗ ਸਿੰਘ ਦੀ ਬਹਾਦਰੀ	੨੪
੧੬.	ਸੱਚੇ ਸਾਧੂਆਂ ਦੀ ਮਹਿਮਾ	੨੬
੧੭.	ਦਸ਼ਮੇਸ਼ ਪਿਤਾ ਜੀ ਦੀ ਮਹਿਮਾਂ	੨੮
੧੮.	ਗੁਰੂ ਅਰਜਨ ਸਾਹਿਬ ਸੇਵਾ ਦੇ ਪੁੰਜ	੮੨
੧੯.	ਮਾਤਾ ਗੰਗਾ ਜੀ ਵੱਲੋਂ ਪੁੱਤਰ ਬਾਬਤ ਅਰਜੋਈ ਅਤੇ ਸਵਾਲ ਜਵਾਬ	੮੪
੨੦.	ਗੁਰੂ ਤੇਗ ਬਹਾਦਰ ਸਾਹਿਬ ਦੇ ਚਾਰ ਸੌ ਸਾਲਾ ਸਤਾਬਦੀ ਨੂੰ ਸਮਰਪਿਤ	੮੬
੨੧.	ਕਾਦਰ ਦੀ ਕੁਦਰਤ ਦਾ ਕੋਈ ਅੰਤ ਨਹੀ	੮੩
੨੨.	ਅਨੰਦਪੁਰ ਸਾਹਿਬ ਦੇ ਚੋਜ	੮੭
੨੩.	ਸ੍ਰੀ ਗੁਰੂ ਗ੍ਰੰਥ ਸਾਹਿਬ ਦੀ ਮਹਿਮਾ ਅਤੇ ਦਸ਼ਮੇਸ ਪਿਤਾ ਦਾ ਕੌਮ ਨੂੰ ਉਪਦੇਸ਼	੯੯
੨੪.	ਬਾਬਾ ਬੁੱਢਾ ਸਾਹਿਬ ਜੀ ਜੀਵਨ ਨੂੰ ਸਮਰਪਿਤ	੧੦੧
੨੫.	ਗੁਰੂ ਨਾਨਕ ਜੀ ਦਾ ਵਿਆਹ ਤੇ ਕੰਧ ਦਾ ਬਿਰਤਾਂਤ	੧੦੩
੨੬.	ਇੱਕ ਗੁਰੂ ਘਰ ਦੇ ਦੋਖੀ ਵੱਲੋਂ ਹਰਿਮੰਦਰ ਸਾਹਿਬ ਤੇ ਟਿਪਣੀ ਅਤੇ ਕਵੀ ਵੱਲੋਂ ਜਵਾਬ	੧੦੬
੨੭.	ਦਸਤਾਰ ਬਾਬਤ ਵਿਰੋਧੀ ਵੱਲੋ ਟਿਪਣੀ ਦਾ ਜਵਾਬ	੧੦੯
੨੮.	ਬੰਦੇ ਦੀ ਜਿੰਦਗੀ ਬਾਬਤ	੧੧੨
੨੯.	ਬੰਦੇ ਦੀ ਜਿੰਦਗੀ ਅਤੇ ਮੌਤ ਬਾਬਤ	੧੧੫
੩੦.	ਦੀਪ ਸਿੰਘ ਸਿੱਧੂ ਵਲੋ ਕੌਮ ਨੂੰ ਹਲੂਣਾ	੧੧੮
੩੧.	ਦੀਪ ਸਿੱਧੂ ਦੀ ਮੜੀ ਕੋਲ ਖੜ ਕੇ ਕਵੀ ਵੱਲੋਂ ਦਰਦ ਬਿਆਨ	੧੨੧
੩੨.	ਦੀਪ ਸਿੰਘ ਸਿੱਧੂ ਦੀ ਬੇਵਖਤੀ ਮੌਤ ਬਾਬਤ ਰੱਬ ਨੂੰ ਉਲਾਮਾ	੧੨੩

੩੩. ਭਾਰਤ ਤੇ ਪਾਕਿਸਤਾਨ ਦੀ ਤਾਰ ਵੇਖ ਕੇ ਦਿੱਲ ਰੋਇਆ........੧੨੫

੩੪. ਪੁੱਤਰਾ ਬਾਬਤ ਤਰਲਾ..੧੨੮

੩੫. ਮਾਂ ਦੀ ਮਮਤਾ ਨੂੰ ਸਿਜਦਾ..੧੩੧

੩੬. ਇੱਕ ਮਾਂ ਦੇ ਫੋਜ਼ੀ ਪੁੱਤ ਦੇ ਸ਼ਿਵੇ ਤੇ ਬਿਰਲਾਪ....................੧੩੪

੩੭. ਕਦੀ ਵੀ ਕਿਸੇ ਦੀ ਘਰ ਦੀ ਲੜਾਈ ਵਿੱਚ ਨਈ
    ਆਉਣਾ ਚਾਹੀਦਾ..੧੩੯

੩੮. ਭਾਰਤ ਦੀ ਨਿਆਂ ਪ੍ਰਣਾਲੀ..੧੪੧

੩੯. ਦੇਸ਼ ਦੇ ਨਕਾਮ ਲੀਡਰ..੧੪੪

੪੦. ਕਿਸਾਨੀ ਮੋਰਚੇ ਵੱਲੋਂ ਹਾਕਮ ਨੂੰ ਸੁਨੇਹਾ.........................੧੪੭

੪੧. ਕਿਸਾਨੀ ਮੋਰਚੇ ਨੂੰ ਜਿੱਤ ਕੇ ਆਏ ਵੀਰ ਦਾ ਸਵਾਗਤ
    ਕਲਮ ਰਾਹੀ..੧੫੦

੪੨. ੧੯੪੭ ਦੀ ਵੰਡ ਅਤੇ ਅੱਜ ਦੇ ਹਲਾਤਾਂ ਬਾਬਤ................੧੫੨

ਧਰਤੀ ਦੀ ਪੁਕਾਰ

ਬੰਦਨਾ

ਅਜ ਰੋ ਰੋ ਕੇ ਧਰਤੀ ਪੁਕਾਰਦੀ
ਵਾਜਾਂ ਪ੍ਰੀਤਮ ਪਿਆਰੇ ਤਾਈ ਮਾਰਦੀ,
ਭਾਰ ਪਾਪੀਆਂ ਦਾ ਹੁਣ ਨਾ ਸਹਾਰਦੀ
ਇਥੇ ਵਧ ਗਿਆ ਦੁਸ਼ਟਾ ਦਾ ਭਾਰ ਮਾਲਕਾ,
ਆਜਾ ਆਪਣਾ ਹੀ ਰੂਪ ਹੁਣ ਧਾਰ ਮਾਲਕਾ।

ਇਥੇ ਪਾਪਾਂ ਵਾਲੀ ਧੁੰਦ ਜਗ ਛਾਈ ਏ
ਰਾਜੇ ਰਾਜ ਛੱਡ ਬਣਗੇ ਕਸਾਈ ਏ,
ਸਾਰੀ ਦੁਖੀ ਹੋਈ ਫਿਰਦੀ ਲੁਕਾਈ ਏ
ਖੰਭ ਲਾਕੇ ਇਥੋ ਉਡ ਗਈ ਬਹਾਰ ਮਾਲਕਾ,
ਆਜਾ ਆਪਣਾ ਹੀ ਰੂਪ ਹੁਣ ਧਾਰ ਮਾਲਕਾ।

ਏਥੇ ਪੈ ਗਿਆ ਹੈ ਰੇੜਕਾ ਜਗੀਰਾਂ ਦਾ
ਖੂਨ ਪੀਂਦੇ ਹੁਣ ਵੀਰ ਏਥੇ ਵੀਰਾਂ ਦਾ,
ਸਿਕਾ ਚਲਦਾ ਹੈ ਜਗ ਤੇ ਅਮੀਰਾਂ
ਕੋਈ ਸੁਣਦਾ ਨਾ ਮਾੜੇ ਦੀ ਪੁਕਾਰ ਮਾਲਕਾ,
ਆਜਾ ਆਪਣਾ ਹੀ ਰੂਪ ਹੁਣ ਧਾਰ ਮਾਲਕਾ ।

ਏਥੇ ਪਾਪੀ ਲੋਕ ਅੱਤਾਂ ਬਹੁਤ ਚੱਕਦੇ
ਲਹੂ ਮਾੜਿਆ ਦਾ ਪੀਂਦੇ ਨਹੀਉ ਥੱਕਦੇ,
ਲੋਕ ਧਰਮੀ ਸਹਾਰਾ ਤੇਰਾ ਤੱਕਦੇ
ਬੇੜੀ ਡੁੱਬਦੀ ਨੂੰ ਹਥੀ ਆਣ ਤਾਰ ਮਾਲਕਾ,
ਆਜਾ ਆਪਣਾ ਹੀ ਰੂਪ ਹੁਣ ਧਾਰ ਮਾਲਕਾ।

ਨਾਮ ਆਪਣਾ ਜਪਾਉਦੇ ਤੈਨੂੰ ਭੁਲਗੇ
ਝੂਠੇ ਭਗਤਾਂ ਤੇ ਲੋਕ ਭੋਲੇ ਡੁਲਗੇ,
ਹੀਰੇ ਕੋਡੀਆਂ ਦੇ ਭਾਅ ਅਜ ਤੁਲਗੇ
ਕੋਹੇਨੂਰ ਦੀ ਨਾ ਲੈਦਾ ਕੋਈ ਸਾਰ ਮਾਲਕਾ,
ਆਜਾ ਆਪਣਾ ਹੀ ਰੂਪ ਹੁਣ ਧਾਰ ਮਾਲਕਾ।

ਕਰ ਮਿਹਰ ਦਾਤਾ ਖੇੜ ਫਿਰ ਖੇੜੇ ਨੂੰ
ਫੁਲਾਂ ਲੱਦਿਆ ਬਣਾਦੇ ਮੇਰੇ ਵਿਹੜੇ ਨੂੰ,
ਸਭ ਛੱਡ ਦੇਣ ਝਗੜੇ ਤੇ ਝੇੜੇ ਨੂੰ
ਜਰਾ ਮਿਹਰ ਵਾਲੀ ਨਿਗਾ ਆਕੇ ਮਾਰ ਮਾਲਕਾ,
ਆਜਾ ਆਪਣਾ ਹੀ ਰੂਪ ਹੁਣ ਧਾਰ ਮਾਲਕਾ ।
ਨੇੜੇ ਹੋ ਕੇ ਦਾਤਾ ਸੁਣ ਫਰਿਆਦ ਨੂੰ

ਕਦੇ ਭੁਲਾਂ ਨਾ ਪਿਆਰੇ ਵਾਲੀ ਯਾਦ ਨੂੰ,

ਪੂਰੀ ਸਰਵਣ ਸਿੰਘਾ ਕਰੂ ਉਹ ਮੁਰਾਦ ਨੂੰ

ਮੇਰਾ ਤਪਦਾ ਏ ਸੀਨਾ ਆਕੇ ਠਾਕ ਮਾਲਕਾ,

ਆਜਾ ਆਪਣਾ ਹੀ ਰੂਪ ਹੁਣ ਧਾਰ ਮਾਲਕਾ।

ਸ੍ਰੀ ਨਾਨਕ ਝੀਰਾ ਸਹਿਬ ਜੀ

ਜਦੋ ਗੁਰੂ ਨਾਨਕ ਸਾਹਿਬ ਉਦਾਸੀ ਦੌਰਾਨ ਬਿਦਰ (ਕਰਨਾਟਕ) ਵਿਖੇ ਪਹੁੰਚੇ ਇਹ ਇਲਾਕਾ ਪਹਾੜੀ ਸੀ ਗੁਰੂ ਸਾਹਿਬ ਨੇ ਇਲਾਹੀ ਬਾਣੀ ਦਾ ਕੀਰਤਨ ਅਰੰਭ ਕੀਤਾ ਪਹਾੜਾਂ ਨਾਲ ਆਵਾਜ ਟਕਰਾਅ ਕੇ ਬਹੁਤ ਹੀ ਪਿਆਰੀ ਧੁੰਨੀ ਪੌਣ ਵਿਚ ਬਿਖੇਰ ਰਹੀ ਵਾਤਾਵਰਣ ਸ਼ਾਤ ਕੁਦਰਤ ਰਾਣੀ ਇਸ ਆਲਾਪ ਨੂੰ ਸੁਣਕੇ ਮਦਹੋਸ਼ ਹੋਈ ਪਈ ਜਦ ਇਸ ਇਲਾਕੇ ਦੇ ਲੋਕਾਂ ਨੇ ਇਲਾਹੀ ਨਾਦ ਸੁਣਿਆ ਤਾਂ ਵਹੀਰਾਂ ਘਤ ਆਏ ਸਤਿਗੁਰੂ ਜੀ ਨੂੰ ਨਮਸਕਾਰ ਕੀਤੀ ਸਤਿਗੁਰੂ ਜੀ ਨੇ ਹਾਲ ਚਾਲ ਪੁੱਛਿਆ ਤਾਂ ਗਲ ਵਿੱਚ ਪਲਾ ਪਾਕੇ ਮੋਹਤਬਰ ਸਜਣਾ ਇਕ ਬੇਨਤੀ ਕੀਤੀ ਕਿ ਦਾਤਾ ਜੀ ਸਾਡਾ ਇਲਾਕਾ ਪਹਾੜੀ ਹੈ ਪਾਣੀ ਦੀ ਬਹੁਤ ਕਿਲਤ ਹੈ ਆਪ ਜੀ ਕਿਰਪਾ ਕਰੋ ਸਾਨੂੰ ਮਿਠਾ ਜਲ ਬਖਸ਼ਿਸ਼ ਕਰੋ ਕਿਵੇ ਅਰਜਾਂ ਕਰਦੇ ਇਉ ਬਿਆਨ ਹੈ।

ਦੋਤਾਰਾ

ਜਦ ਸਤਗੁਰ ਨਾਨਕ ਨੇ ਡੇਰਾ ਆਣ ਬਿਦਰ ਵਿਚ ਲਾਇਆ
ਤੱਦ ਸਭ ਇਲਾਕੇ ਨੇ ਦਰਸ਼ਨ ਗੁਰਾਂ ਦਾ ਕਰਨਾ ਚਾਹਿਆ,
ਇਹ ਦੁਖੀ ਇਲਾਕਾ ਹੈ ਸੁਣ ਲਉ ਸਾਡੀ ਦਰਦ ਕਹਾਣੀ
ਅਸੀ ਅਰਜਾਂ ਕਰਦੇ ਹਾਂ ਦੇ ਦਿਉ ਦਾਤਾ ਜੀ ਘੁਟ ਪਾਣੀ।

ਅਸੀ ਸੁਣਕੇ ਆਏ ਹਾਂ ਤੁਹਾਡੀ ਮਹਿਮਾਂ ਬਹੁਤ ਨਿਆਰੀ
ਲਾ ਚੱਪੂ ਤਾਰ ਦਿਉ ਬੇੜੀ ਡੁਬਦੀ ਜਾਏ ਹਮਾਰੀ,

ਤੁਸੀ ਦਿਲ ਦੀ ਬੁਝਦੇ ਹੋ ਸਾਡੀ ਗਲ ਝੂਠ ਨਾ ਜਾਣੀ
ਅਸੀ ਅਰਜਾ ਕਰਦੇ ਹਾਂ ਦੇ ਦਿਉ ਦਾਤਾ ਜੀ ਘੁਟ ਪਾਣੀ।

ਤੂੰ ਕੌਡੇ ਰਾਖਸ਼ ਦਾ ਕੀਤਾ ਪਾਰ ਉਤਾਰਾ ਜਾ ਕੇ
ਸਜਣ ਤੇ ਭੂਮੀਏ ਨੂੰ ਤਾਰਿਆ ਦਾਤਾ ਗਲ ਨਾ ਲਾਕੇ,
ਸਾਨੂੰ ਕੋਈ ਸੁਝਦਾ ਨਹੀ ਸਾਡੀ ਉਲਝੀ ਦਾਤਾ ਤਾਣੀ
ਅਸੀ ਅਰਜਾਂ ਕਰਦੇ ਹਾਂ ਦੇ ਦਿਉ ਦਾਤਾ ਜੀ ਘੁਟ ਪਾਣੀ।

ਅਸੀ ਸੁਣਿਆ ਸਤਿਗੁਰ ਜੀ ਸੁਕੇ ਬਾਗ ਹਰੇ ਤੁਸੀ ਕਰਦੇ
ਦਰ ਆਉਣ ਸਵਾਲੀ ਜੋ ਖਾਲੀ ਝੋਲੀ ਉਸ ਦੀ ਭਰਦੇ,
ਹਮਦਰਦ ਗਰੀਬਾਂ ਦੇ ਤੁਸੀ ਨਹੀ ਦਾਤਾ ਅਣਜਾਣੀ
ਅਸੀ ਅਰਜਾਂ ਕਰਦੇ ਹਾਂ ਦੇ ਦਿਉ ਦਾਤਾ ਜੀ ਘੁਟ ਪਾਣੀ।

ਜੇ ਸਤਿਗੁਰ ਤੁਠੇ ਹੋ ਦਾਤਾ ਰਹਿਮਤ ਦੇ ਘਰ ਆਵੋ
ਦਰ ਅਰਜਾਂ ਕਰਦੇ ਹਾਂ ਦਾਤਾ ਮੀਂਹ ਮਿਹਰਾਂ ਦਾ ਪਾਵੋ,
ਤੂੰ ਰੂਪ ਰਬ ਦਾ ਤੁਹਾਡੀ ਮਹਿਮਾ ਬਹੁਤ ਵਿਡਾਣੀ
ਅਸੀ ਅਰਜਾਂ ਕਰਦੇ ਹਾਂ ਦੇ ਦਿਉ ਦਾਤਾ ਜੀ ਘੁਟ ਪਾਣੀ।

ਇਹ ਧਰਤ ਨਿਭਾਗਣ ਹੈ ਦਾਤਾ ਇਸਦੇ ਭਾਗ ਜਗਾਵੀ

ਅਸੀ ਰਾਹੋ ਭੁਲੇ ਆ ਸਾਨੂੰ ਸਿਧੇ ਰਾਹੇ ਪਾਵੀ,
ਜੇ ਤੁਹਾਡੀ ਨਜਰ ਹੋਵੇ ਹੋਜੇ ਕਿਰਪਾ ਦੂਣ ਸਵਾਣੀ
ਅਸੀ ਅਰਜਾਂ ਕਰਦੇ ਹਾਂ ਦੇ ਦਿਉ ਦਾਤਾ ਜੀ ਘੁਟ ਪਾਣੀ।

ਤੂੰ ਮਾਲਕ ਮਿਹਰਾ ਦਾ ਦਾਤਾ ਮਿਹਰ ਅਸੀ ਤੇ ਕਰਦੇ
ਸਭ ਖਲਕਤ ਵਿਲਕ ਰਹੀ ਖੁਸ਼ੀਆ ਨਾਲ ਝੋਲੀਆਂ ਭਰਦੇ,
ਦੇ ਦਰਸ਼ਨ ਸਰਵਣ ਨੂੰ ਕਰਦੀ ਅਰਜਾਂ ਜਿੰਦ ਨਿਮਾਣੀ
ਅਸੀ ਅਰਜਾਂ ਕਰਦੇ ਹਾਂ ਦੇ ਦਿਉ ਦਾਤਾ ਜੀ ਘੁਟ ਪਾਣੀ।

ਜਦ ਸਤਿਗੁਰੂ ਜੀ ਨੇ ਸਾਰਾ ਹਾਲ ਸੁਣਿਆ ਤੇ ਦੇਖਿਆ ਤਾਂ ਕੁਝ ਸਮਾਂ ਅਖਾਂ ਬੰਦ ਕਰ ਉਸ ਅਕਾਲ ਨੂੰ ਯਾਦ ਕੀਤਾ ਫਿਰ ਸਾਰੇ ਲੋਕਾਂ ਨੂੰ ਧਰਵਾਸ ਦਿਤੀ ਭਾਈ ਮਰਦਾਨਾ ਜੀ ਨੂੰ ਹਸਕੇ ਕਹਿਣ ਲਗੇ ਮਰਦਾਨਿਆ ਬੋਲ ਸਤਿ ਕਰਤਾਰ ਸੰਗਤਾਂ ਹਥ ਜੋੜ ਪਾਤਸ਼ਾਹ ਜੀ ਦੇ ਨੁਰਾਨੀ ਚਿਹਰੇ ਨੂੰ ਤੱਕ ਰਹੀਆਂ ਸਨ ਪਾਤਸ਼ਾਹ ਨੇ ਆਪਣੇ ਚਰਨ ਕਮਲਾਂ ਦੀ ਖੜਾਅ ਨੂੰ ਜੋਰ ਨਾਲ ਧਰਤੀ ਦੀ ਹਿਕ ਤੇ ਮਾਰਿਆ ਤਾਂ ਵਿਚੋ ਠੰਡੇ ਮਿਠੇ ਜਲ ਦਾ ਚਸ਼ਮਾ ਫੁਟਿਆ ਪਾਣੀ ਵਹਿ ਤੁਰਿਆ ਲੋਕਾਂ ਨੇ ਰਜ ਰਜ ਪਾਣੀ ਪੀਤਾ ਪਾਤਸ਼ਾਹ ਜੀ ਦੇ ਗੁਣ ਗਾਉਣ ਲਗੇ ਕਿਵੇ ਗੁਰੂ ਨਾਨਕ ਸਾਹਿਬ ਨੇ ਜਗਤ ਜਲੰਦਾ ਤਾਰਿਆ ਇਉ ਬਿਆਨ ਹੈ।

ਕਮਾਨੀ ਛੰਦ

ਸੁਲਤਾਨ ਪੁਰਿਉ ਦਾਤਾ ਚਲਿਆ ਏ
ਆ ਭਾਈ ਮਰਦਾਨਾ ਰਲਿਆ ਏ,
ਜਗ ਨਾਲ ਦੁਖਾ ਦੇ ਫਲਿਆ ਏ
ਹਰ ਦੁਖੀ ਦਾ ਦਰਦ ਨਿਵਾਰ ਦਿਤਾ,
ਮੇਰੇ ਪਿਆਰੇ ਸਤਿਗੁਰ ਨਾਨਕ ਨੇ
ਇਹ ਜਗਤ ਜਲੰਦਾ ਠਾਰ ਦਿਤਾ।

ਮੇਰੇ ਸਤਿਗੁਰ ਨਾਨਕ ਪਿਆਰੇ ਜੀ
ਜੋ ਜਗ ਨੂੰ ਤਾਰਨ ਹਾਰੇ ਜੀ,
ਸਭ ਤਪਦੇ ਸੀਨੇ ਦੇ ਠਾਰੇ ਜੀ
ਜੋ ਮਾਂ ਤ੍ਰਿਪਤਾ ਦਾ ਹੀਰਾ ਏ,
ਵਿਚ ਆ ਬਿਦਰ ਦੇ ਸਤਿਗੁਰ ਨੇ
ਕੀਤਾ ਪ੍ਰਗਟ ਨਾਨਕ ਝੀਰਾ ਏ।

ਜਦ ਸ਼ਬਦ ਅਨਾਹਦ ਵੱਜਿਆ ਸੀ
ਸਭ ਇਲਾਕਾ ਗੂੰਜ ਨਾਲ ਗੱਜਿਆ ਸੀ,
ਜਲਾਲਦੀਨ ਵੀ ਆਉਦਾ ਭੱਜਿਆ ਸੀ
ਗਲ ਲਾਕੇ ਉਸਨੂੰ ਪਿਆਰ ਦਿੱਤਾ,

ਮੇਰੇ ਪਿਆਰੇ ਸਤਿਗੁਰ ਨਾਨਕ ਨੇ
ਇਹ ਜਗਤ ਜਲੰਦਾ ਠਾਰ ਦਿਤਾ।

ਡੇਰਾ ਬਾਹਰ ਪਿੰਡ ਦੇ ਲਾਇਆ ਏ
ਜਦ ਕੀਰਤਨ ਸਤਿਗੁਰੂ ਗਾਇਆ ਏ,
ਖੁਸ਼ੀਆ ਦਾ ਬੱਦਲ ਛਾਇਆ ਏ
ਪਾਉਂਦਾ ਜੋ ਗਮੀਆਂ ਨੂੰ ਚੀਰਾ ਏ,
ਵਿਚ ਆ ਬਿਦਰ ਦੇ ਸਤਿਗੁਰ ਨੇ
ਕੀਤਾ ਪ੍ਰਗਟ ਨਾਨਕ ਝੀਰਾ ਏ।

ਸਭ ਇਲਾਕਾ ਸੁਣ ਸੁਣ ਆਉਣ ਲਗਾ
ਰਜ ਰਜ ਕੇ ਦਰਸ਼ਨ ਪਾਉਣ ਲਗਾ,
ਝੁਕ ਝੁਕ ਕੇ ਸੀਸ ਨਿਵਾਉਣ ਲਗਾ
ਜੋ ਚਰਨੀ ਲਗਿਆ ਤਾਰ ਦਿਤਾ,
ਮੇਰੇ ਪਿਆਰੇ ਸਤਿਗੁਰ ਨਾਨਕ ਨੇ
ਇਹ ਜਗਤ ਜਲੰਦਾ ਠਾਰ ਦਿਤਾ।

ਸਭ ਚਰਨੀ ਸੀਸ ਸੀ ਧਰਨ ਲਗੇ
ਹਥ ਬੰਨਕੇ ਅਰਜਾ ਕਰਨ ਲਗੇ,

ਪਾਣੀ ਬਾਝੋਂ ਅਸੀ ਤਾਂ ਮਰਨ ਲਗੇ
    ਸਭ ਧਰਤੀ ਬਣੀ ਜਖੀਰਾ ਏ,
ਵਿਚ ਆ ਬਿਦਰ ਦੇ ਸਤਿਗੁਰ ਨੇ
    ਕੀਤਾ ਪ੍ਰਗਟ ਨਾਨਕ ਝੀਰਾ ਏ।

ਖੜਾਅ ਵਿਚ ਜੋਰ ਦੇ ਮਾਰੀ ਏ
    ਵਿਚੋ ਨਿਕਲਿਆ ਜਲ ਫੁਹਾਰੀ ਏ,
ਡੁਬਦੀ ਦੁਨੀਆ ਸਰਵਣਾਂ ਤਾਰੀ ਏ
    ਪਥਰਾਂ ਚੋ ਜਲ ਨਿਖਾਰ ਦਿਤਾ,
ਮੇਰੇ ਸਤਿਗੁਰ ਸਤਿਗੁਰ ਨਾਨਕ ਨੇ,
    ਇਹ ਜਗਤ ਜਲੰਦਾ ਠਾਰ ਦਿਤਾ।

ਆ ਤਕਿਆ ਸਤਿਗੁਰ ਨਾਨਕ ਨੂੰ
    ਹਰ ਦਿਲ ਦੀਆਂ ਤਰਬਾਂ ਜਾਣਕ ਨੂੰ,
ਇਕ ਸਚੇ ਸੁਚੇ ਮਾਣਕ ਨੂੰ
    ਮਥਾ ਟੇਕਿਆ ਆਣ ਫਕੀਰਾ ਏ,
ਵਿਚ ਆ ਬਿਦਰ ਦੇ ਸਤਿਗੁਰ ਨੇ
    ਕੀਤਾ ਪ੍ਰਗਟ ਨਾਨਕ ਝੀਰਾ ਏ।

ਇਸ ਇਲਾਕੇ ਦਾ ਪੀਰ ਜਲਾਲਦੀਨ੍ਹ ਬੜਾ ਵੀ ਬੜਾ ਖੁਸ਼ ਆਕੇ ਚਰਨੀ ਸੀਸ ਝੁਕਾਇਆ ਪਾਤਸ਼ਾਹ ਜੀ ਗਲ ਲਾਕੇ ਸਤਿਕਾਰ ਦਿੱਤਾ ਜੋ ਵੀ ਹੋਰ ਇਲਾਕੇ ਦੇ ਪੀਰ ਫਕੀਰ ਉਹ ਵੀ ਆਏ ਲਾਗੇ ਲਾਗੇ ਦੇ ਪਿੰਡ ਚ ਖਬਰ ਪਹੁਚੀ ਲੋਕ ਵਹੀਰਾਂ ਘੱਤ ਕੇ ਆਏ ਸਾਰਾ ਇਲਾਕਾ ਸਤਿਗੁਰੂ ਜੀ ਜੀ ਦੀ ਮਹਿਮਾ ਗਾਂਉਣ ਇਕ ਪਾਕਿਸਤਾਨ ਅੰਦਰ ਗੁਰਦੁਆਰਾ ਪੰਜਾ ਸਾਹਿਬ ਹੈ ਓਥੇ ਵੀ ਜਲ ਦਾ ਚਸ਼ਮਾ ਪ੍ਰਗਟ ਕੀਤਾ ਸੀ ਜੋ ਅਜ ਤੱਕ ਨਿਰੰਤਰ ਜਾਰੀ ਹੈ ਤੇ ਦੂਜਾ ਨਾਨਕ ਝੀਰਾ ਸਹਿਬ ਵਿਖੇ ਹੈ ਜਿਸ ਨੂੰ ਸੰਗਤਾਂ ਦੂਜਾ ਪੰਜਾ ਸਾਹਿਬ ਸਮਝਕੇ ਦਰਸ਼ਨ ਕਰਦੀਆਂ ਤੇ ਜਲ ਦੇ ਚੁਲੇ ਲੈਕੇ ਛਕਦੀਆ ਤੇ ਹਿਰਦਾ ਹੁੰਦਾ ਸ਼ਾਤ ਹੈ।

ਚੋਲਾ ਸਾਹਿਬ ਡੇਰਾ ਬਾਬਾ ਨਾਨਕ ਜੀ

ਜਦ ਗੁਰੂ ਨਾਨਕ ਸਾਹਿਬ ਜੀ ਨੇ ਸੁਲਤਾਨਪੁਰ ਲੋਧੀ ਵਿਖੇ ਵੇਈ ਨਦੀ ਚ ਟੁਬੀ ਮਾਰੀ ਲਹਿੰਦੇ ਪਾਸੇ ਅਤੇ ਤੀਜੇ ਦਿਨ ਚੜਦੇ ਪਾਸਿਓ ਸਤਿਕਰਤਾਰ ਬੋਲਦੇ ਵੇਈ ਚੋ ਬਾਹਰ ਆਏ ਪ੍ਰਵਾਰ ਵੀ ਪਹੁੰਚ ਗਿਆ ਤੇ ਲੋਕਾਂ ਦਾ ਤਾਂਤਾ ਲਗ ਗਿਆ ਵੇਖਣ ਨੂੰ ਪਾਤਸ਼ਾਹ ਜੀ ਅਕਾਲ ਦੀ ਦਰਗਾਹੋ ਮੂਲ ਮੰਤਰ, ਮਾਲਾ, ਪੋਥੀ ਪਊਏ (ਖੜਾਵਾਂ), ਚੋਲਾ ਲੈਕੇ ਪਰਤੇ ਗੁਰੂ ਸਹਿਬ ਉਦਾਸੀਆ ਕਰਨ ਉਪਰੰਤ ਕਰਤਾਰਪੁਰ ਸਾਹਿਬ ਆ ਗਏ ਤੇ ਇਹ ਸਭ ਦਾਤਾਂ ਭਾਈ ਲਹਿਣੇ ਨੂੰ ਗੁਰਗੱਦੀ ਸਮੇਤ ਭੇਟ ਕਰਕੇ ਜੋਤੀ ਜੋਤ ਸਮਾਗੇ, ਫਿਰ ਪਰੰਪਰਾ ਅਨੁਸਾਰ ਗੁਰਗੱਦੀ ਅਤੇ ਇਹ ਵਸਤਾਂ ਦੀ ਸਾਭ ਸੰਭਾਲ ਗੁਰੂ ਸਹਿਬ ਤੇ ਸਿਖਾ ਵਲੋ ਕੀਤੀ ਗਈ। ਪੰਜਵੇਂ ਪਾਤਸ਼ਾਹ ਜੀ ਵੇਲੇ ਬਲਖ ਬੁਖਾਰ ਦੇ ਰਹਿਣ ਵਾਲੇ ਸਿਖ ਭਾਈ ਤੋਤਾ ਰਾਮ ਜੀ ਜੋ ਅਨਿਨ ਸੇਵਕ ਸਨ ਗੁਰੂ ਘਰ ਦੇ। ਗੁਰੂ ਅਰਜਨ ਸਾਹਿਬ ਵਲੋਂ ਸੇਵਾ ਤੋ ਖੁਸ਼ ਹੋ ਕੇ ਚੋਲਾ ਸਾਹਿਬ ਭਾਈ ਤੋਤਾ ਰਾਮ ਨੂੰ ਸੋਪ ਦਿੱਤਾ ਤੇ ਸੇਵਾ ਸੰਭਾਲ ਲਈ ਤਕੀਦ ਇਉ ਕੀਤੀ।

ਕੋਰੜਾ ਛੰਦ

ਤੋਤਾ ਰਾਮ ਸੇਵਾ ਮਨ ਲਾਕੇ ਕਰਦਾ
ਹਰ ਵੇਲੇ ਮੱਲਿਆ ਦੁਆਰਾ ਹਰ ਦਾ,
ਨਾਮ ਵਿਚ ਲੀਨ ਰਹਿੰਦਾ ਸੁਬਾ ਸ਼ਾਮ ਨੂੰ
ਦੇ ਦਿਤਾ ਚੋਲਾ ਗੁਰਾਂ ਤੋਤਾ ਰਾਮ ਨੂੰ।

ਪੰਜਵੇ ਗੁਰਾਂ ਦਾ ਉਹ ਪਿਆਰਾ ਸਿਖ ਹੈ
     ਸੇਵਾਦਾਰਾਂ ਵਿਚੋ ਤੋਤਾ ਰਾਮ ਇਕ ਹੈ,
ਸਤਿਨਾਮ ਹਰ ਵੇਲੇ ਜਪੇ ਨਾਮ ਨੂੰ
     ਦੇ ਦਿਤਾ ਚੋਲਾ ਗੁਰਾਂ ਤੋਤਾ ਰਾਮ ਨੂੰ।

ਵਡੇ ਭਾਗਾਂ ਨਾਲ ਮਿਲਦੀ ਜੋ ਸੇਵਾ ਹੈ,
     ਚੰਗੀ ਨੀਤ ਤਾਈਂ ਰਬ ਲਾਉਦਾ ਮੇਵਾ ਹੈ,
ਤਨ ਮਨ ਨਾਲ ਕਰੇ ਹਰ ਕਾਮ ਨੂੰ
     ਦੇ ਦਿਤਾ ਚੋਲਾ ਗੁਰਾਂ ਤੋਤਾ ਰਾਮ ਨੂੰ।

ਬਲਖ ਬੁਖਾਰਾ ਇਹਦਾ ਸ਼ਹਿਰ ਕਹਿੰਦੇ ਨੇ
     ਪਰ ਹੁਣ ਗੁਰੂ ਸੇਵਾ ਵਿਚ ਰਹਿੰਦੇ ਨੇ,
ਕਰਦੇ ਨੇ ਸੇਵਾ ਵੇਖੋ ਨਿਸ਼ਕਾਮ ਨੂੰ
     ਦੇ ਦਿਤਾ ਚੋਲਾ ਗੁਰਾਂ ਤੋਤਾ ਰਾਮ ਨੂੰ।

ਪੰਜਵੇ ਗੁਰੂ ਨੇ ਪੁੰਜ ਉਪਕਾਰ ਦੇ
     ਡੁਬੇ ਹੋਏ ਜੀਵਾਂ ਤਾਈਂ ਜਿਹੜੇ ਤਾਰਦੇ,
ਜੋੜਦੇ ਨੇ ਸੰਗਤਾਂ ਜੋ ਇਕ ਲਾਮ ਨੂੰ
     ਦੇ ਦਿਤਾ ਚੋਲਾ ਗੁਰਾਂ ਤੋਤਾ ਰਾਮ ਨੂੰ।

ਤੋਤਾ ਰਾਮ ਉਤੇ ਗੁਰੂ ਪੂਰੇ ਖੁਸ਼ ਨੇ
ਸੱਦ ਕੇ ਤੇ ਕੋਲ ਹਾਲ ਰਹੇ ਪੁਛ ਨੇ,
ਹੁਣ ਕਦ ਜਾਣਾ ਭਾਈ ਜੀ ਗ੍ਰਾਮ ਨੂੰ
ਦੇ ਦਿਤਾ ਚੋਲਾ ਗੁਰਾਂ ਤੋਤਾ ਰਾਮ ਨੂੰ।

ਲੈ ਕੇ ਚੋਲਾ ਤੋਤਾ ਰਾਮ ਚਲਿਆ
ਬਲਖ ਬੁਖਾਰੇ ਵਾਲਾ ਰਾਹ ਮੱਲਿਆ,
ਸਰਵਣ ਸਿੰਘਾ ਭੁਲਕੇ ਨਾ ਕਰੀ ਖਾਮ ਨੂੰ,
ਦੇ ਦਿਤਾ ਚੋਲਾ ਗੁਰਾਂ ਤੋਤਾ ਰਾਮ ਨੂੰ।

ਭਾਈ ਤੋਤਾ ਰਾਮ ਜੀ ਗੁਰੂ ਬਖਸ਼ਿਸ਼ ਲੈਕੇ ਬਹੁਤ ਖੁਸ਼ ਹੋਏ ਕੋਟਨ ਕੋਟ ਪਰਨਾਮ ਕੀਤੀ ਗੁਰੂ ਸਾਹਿਬਾਨ ਨੂੰ ਤੇ ਗਲ ਪਲਾ ਪਾਕੇ ਨੈਣ ਮੁੰਦ ਕੇ ਵੈਰਾਗ ਚ ਆਕੇ ਕਹਿਣ ਲਗੇ ਪਾਤਸ਼ਾਹ ਜਾਣ ਨੂੰ ਦਿਲ ਨਹੀ ਕਰਦਾ। ਪਾਤਸ਼ਾਹ ਜੀ ਬੋਲੇ ਭਾਈ ਸਾਹਿਬ ਤੁਸੀ ਹੁਣ ਨਗਰ ਨੂੰ ਜਾਓ ਜਾ ਕੇ ਸੇਵਾ ਸੰਭਾਲ ਕਰਿਉ ਗੁਰੂ ਨਾਨਕ ਸਾਹਿਬ ਅੰਗ ਸੰਗ ਸਹਾਈ ਹੋਣਗੇ। ਨਮਸਕਾਰ ਕਰਕੇ ਭਾਈ ਜੀ ਬਲਖ ਬੁਖਾਰੇ ਪਹੁਚ ਗੇ । ਬੜੀ ਨਿਮਰਤਾ ਸਹਿਤ ਸੇਵਾ ਕਰਦੇ ਰਹੇ ਆਖਰ ਸਰੀਰ ਬਿਰਧ ਹੋ ਗਿਆ ਮਨ ਚ ਵਿਚਾਰਾਂ ਨੇ ਘੇਰਾ ਪਾ ਲਿਆ ਕੇ ਮੇਰੇ ਬਾਅਦ ਸੇਵਾ ਕੌਣ ਕਰੇਗਾ ਪਤਾ ਨਹੀਂ ਆਉਣ ਵਾਲੀ ਪੀੜੀ ਸੇਵਾ ਕਰੇ ਕੇ ਨਾ ਕਰੇ ਆਖਰ ਸੋਚਕੇ ਇਕ ਪਹਾੜ ਦੇ ਕੋਨੇ ਚ ਗੁਫਾ ਜਹੀ ਬਣੀ ਹੋਈ ਸੀ ਛੋਟੀ ਜਹੀ ਉਸ ਚ ਚੋਲਾ ਸਾਹਿਬ ਟਿਕਾਅ ਦਿੱਤਾ ਇਕ ਪੱਥਰ ਅਗੇ ਕਰ ਦਿੱਤਾ ਤੇ ਬੇਨਤੀ ਕੀਤੀ

ਪਾਤਸ਼ਾਹ ਜੀ ਹੁਣ ਜਦ ਆਪ ਕਿਰਪਾ ਕਰੋਗੇ ਤਾਂ ਆਪਣੇ ਕਿਸੇ ਸੇਵਾਦਾਰ ਤੋ ਸੇਵਾ ਲੈ ਲੈਣੀ ਪਰ ਉਸ ਸੇਵਾਦਾਰ ਦੀ ਸੇਵਾ ਭਾਵਨਾ ਨਾਮ ਦੀ ਕਮਾਈ ਏਨੀ ਹੋਵੇ ਕੇ ਉਹ ਬੇਨਤੀ ਕਰੇ ਤੇ ਪਥਰ ਆਪ ਹੀ ਅਗੋ ਹਟ ਜਾਵੇ ਜਿਵੇ ਬੇਨਤੀ ਕੀਤੀ ਇਉ ਬੇਨਤੀ ਹੈ।

ਸਾਕਾ

ਸੋਚਿਆ ਤੋਤਾ ਰਾਮ ਨੇ ਫਿਰ ਘਰ ਵਿਚ ਆ ਕੇ
ਤੱਕਿਆ ਚੋਲਾ ਨੀਝ ਲਾ ਫਿਰ ਸੀਨੇ ਲਾਕੇ,
ਮਿਲਿਆ ਗੁਰ ਪ੍ਰਸਾਦਿ ਹੈ ਲੰਮੀ ਸੇਵ ਕਮਾਕੇ
ਕਿਹਨੂੰ ਆਖਾਂ ਸੇਵ ਲਈ ਮੈ ਕੋਲ ਬੁਲਾਕੇ,
ਖਾਮੀ ਨਾ ਕੋਈ ਰਹਿ ਜਾਏ ਕਹੇ ਸੋਚ ਬਣਾਕੇ
ਪੁਸ਼ਤਾ ਸੇਵਾ ਕਰਨਗੀਆਂ ਕੀ ਸੀਸ ਨਿਵਾ ਕੇ,
ਚੋਲਾ ਇਹ ਸੰਭਾਲੀਏ ਦੂਰ ਕਿਧਰੇ ਜਾਕੇ
ਆਖਰ ਸੋਚਿਆ ਸਿਖ ਨੇ ਫਿਰ ਵਿਉਂਤ ਬਣਾਕੇ,
ਰੱਖਤਾ ਚੋਲਾ ਪਹਾੜ ਚ ਉਸ ਅੱਖ ਬਚਾਕੇ
ਪਥਰ ਅਗੇ ਰੱਖਿਆ ਉਸ ਧੱਕਾ ਲਾਕੇ,
ਆਪੇ ਨਾਨਕ ਪਾਤਸ਼ਾਹ ਲਊ ਸੇਵਾ ਆ ਕੇ
ਸਰਵਣ ਤੇਰੀ ਜਸ ਕਹਿਣਗੇ ਸੰਗਤਾਂ ਵਿਚ ਗਾਕੇ,
ਸੋਚਿਆ ਤੋਤਾ ਰਾਮ ਨੇ ਫਿਰ ਘਰ ਵਿਚ ਆ ਕੇ ।

ਏਨਾ ਕਾਰਜ ਕਰਕੇ ਤੋਤਾ ਰਾਮ ਜੀ ਘਰੇ ਆਏ ਸਮੇਂ ਅਨੁਸਾਰ ਅਕਾਲ ਚਲਾਣਾ ਕਰ ਗਏ ਉਧਰ ਗੁਰੂ ਨਾਨਕ ਦੇਵ ਜੀ ਦੀ ਨੌਵੀ ਪੀੜ੍ਹੀ ਚੋ ਬਾਬਾ ਕਾਬਲੀ ਮੱਲ ਜੀ ਸੰਗਤਾਂ ਨਾਲ ਅਥਾਹ ਪਿਆਰ ਤੇ ਸੇਵਾ ਨਿਭਾ ਰਹੇ ਸਨ ਦੇਸ਼ ਦੁਆਬੇ ਚ। ਇਕ ਰਾਤ ਨੂੰ ਸੁਪਨੇ ਚ ਗੁਰੂ ਨਾਨਕ ਦੇਵ ਜੀ ਦੇ ਦਰਸ਼ਨ ਹੋਏ ਤੇ ਹੁਕਮ ਹੋਇਆ ਕੇ ਸਾਡਾ ਚੋਲਾ ਸਾਹਿਬ ਜੋ ਇਸ ਸਮੇਂ ਬਲਖ ਬੁਖਾਰੇ (ਅਫਗਾਨਿਸਤਾਨ) ਦੀ ਧਰਤੀ ਤੇ ਇਕ ਪਹਾੜ ਦੀ ਗੁਫਾ ਅੰਦਰ ਹੈ ਉਹ ਲੈਕੇ ਆਉ। ਦਿਨ ਚੜ੍ਹਨ ਤੇ ਸੰਗਤਾਂ ਨਾਲ ਬਚਨ ਬਿਲਾਸ ਕੀਤਾ ਬਾਬਾ ਕਾਬਲੀ ਮਲ ਜੀ ਨੇ ਤੇ ਨਾਲ ਹੀ ਚੋਲਾ ਸਾਹਿਬ ਲਿਆਉਣ ਲਈ ਜਾਣ ਨੂੰ ਕਿਹਾ ਕੁਝ ਸੰਗਤਾਂ ਨਾਲ ਤਿਆਰ ਹੋਈਆਂ ਤੇ ਕੁਝ ਸੰਗਤਾਂ ਨੂੰ ਬਾਬਾ ਜੀ ਨੇ ਡੇਰਾ ਬਾਬਾ ਨਾਨਕ ਵਿਖੇ ਪਹੁੰਚਣ ਨੂੰ ਇਉ ਫੁਰਮਾਇਆ ਤੇ ਇਝ ਬਿਆਨ ਹੈ।

ਪਉੜੀ

ਚਲਿਆ ਕਾਬਲੀ ਮੱਲ ਜਾ ਵਲ ਬੁਖਾਰੇ
ਕੱਠੇ ਕਰਲੇ ਉਸ ਨੇ ਮਾਈ ਭਾਈ ਸਾਰੇ,
ਆਖੇ ਏਦਾਂ ਸੰਗਤੇ ਚਲ ਦਰਸ਼ਨ ਪਾਈਏ
ਚੋਲਾ ਗੁਰੂ ਸਾਹਿਬ ਦਾ ਡੇਹਰੇ ਸਾਹਿਬ ਲਿਆਈਏ,
ਰਾਤੀ ਅਖਾਂ ਸਾਹਮਣੇ ਗੁਰੂ ਨਾਨਕ ਆਇਆ
ਸੇਵਾ ਤੈਨੂੰ ਸੌਂਪਣੀ ਇਉ ਆਖ ਸੁਣਾਇਆ,
ਸੇਵਾ ਕਰਕੇ ਗੁਰਾਂ ਦੀ ਤਨ ਲੇਖੇ ਲਾਈਏ
ਚੋਲਾ ਗੁਰੂ ਸਾਹਿਬ ਦਾ ਡੇਹਰੇ ਸਾਹਿਬ ਲਿਆਈਏ।

ਸਤਿਗੁਰ ਏਦਾਂ ਆਖਿਆ ਨਾ ਹੀ ਘਬਰਾਉਂ
ਅੰਗ ਸੰਗ ਤੇਰੇ ਨਾਲ ਹਾਂ ਤੁਸੀਂ ਜਲਦੀ ਜਾਉ,
ਹੋਰ ਦੇਰ ਨਾ ਸੰਗਤੇ ਹੁਣ ਆਪਾ ਲਾਈਏ
ਚੋਲਾ ਗੁਰੂ ਸਾਹਿਬ ਦਾ ਡੇਹਰੇ ਸਾਹਿਬ ਲਿਆਈਏ।

ਸੰਗਤਾਂ ਹੋਈਆਂ ਕਠੀਆ ਹੈ ਦੇਸ਼ ਦੁਆਬੇ
ਸਿਰ ਮੱਥੇ ਪ੍ਰਵਾਨ ਹੈ ਜੋ ਆਖਿਆ ਬਾਬੇ,
ਜਿਥੇ ਰਹਿਮਤ ਵਰਸਦੀ ਚਲੋ ਜਲਦੀ ਜਾਈਏ
ਚੋਲਾ ਗੁਰੂ ਸਾਹਿਬ ਦਾ ਡੇਹਰੇ ਸਾਹਿਬ ਲਿਆਈਏ।

ਬਾਬਾ ਪੁੱਜਿਆ ਸੰਗਤੇ ਜਦ ਬਲਖ ਬੁਖਾਰੇ
ਤੱਕੇ ਪਰਬਤ ਉਸ ਨੇ ਜਾ ਪਾਸੇ ਚਾਰੇ,
ਸੋਝੀ ਪਾਉ ਪਾਤਸ਼ਾਹ ਅਸੀ ਦਰਸ਼ਨ ਚਾਹੀਏ
ਚੋਲਾ ਗੁਰੂ ਸਾਹਿਬ ਦਾ ਡੇਹਰੇ ਸਾਹਿਬ ਲਿਆਈਏ।
ਸੁਣੀ ਪਾਤਸ਼ਾਹ ਬੇਨਤੀ ਜਦ ਪੱਥਰ ਮਿਲਿਆ
ਸਾਰਾ ਜੋਰ ਲਗਾ ਲਿਆ ਨਾ ਪੱਥਰ ਹਿਲਿਆ,
ਵਿਧੀ ਬਤਾਉ ਪਾਤਸ਼ਾਹ ਅਸੀ ਤਰਲੇ ਪਾਈਏ
ਚੋਲਾ ਗੁਰੂ ਸਾਹਿਬ ਦਾ ਡੇਹਰੇ ਸਾਹਿਬ ਲਿਆਈਏ ।

ਆਖਿਆ ਸਚੇ ਪਾਤਸ਼ਾਹ ਅਸੀ ਚਲਕੇ ਆਏ
ਬਿਨਾਂ ਦੀਦਾਰੇ ਦੇ ਕੀਤਿਆਂ ਹੁਣ ਰਹਿਆ ਨਾ ਜਾਏ,
ਅਰਜ ਕਬੂਲੋ ਪਾਤਸ਼ਾਹ ਸਰਵਣ ਜਸ ਗਾਈਏ
ਚੋਲਾ ਗੁਰੂ ਸਾਹਿਬ ਦਾ ਡੇਰੇ ਸਹਿਬ ਲਿਆਈਏ।

ਆਖਰ ਕਾਰ ਸੰਗਤਾਂ ਸਮੇਤ ਬਾਬਾ ਕਾਬਲੀ ਮਲ ਜੀ ਬਲਖ ਬੁਖਾਰੇ ਦੀ ਧਰਤੀ ਤੇ ਮੰਜਲਾ ਕਟਦੇ ਪਹੁੰਚੇ ਸੁਪਨੇ ਅਨੁਸਾਰ ਇਕ ਪਹਾੜ ਤੇ ਨਿਗਾਹ ਪਈ ਅਗੇ ਵਧਕੇ ਗੁਫਾ ਟੋਲੀ ਜੋ ਨਿਸ਼ਾਨਦੇਹੀ ਸੀ ਉਸ ਮੁਤਾਬਕ ਪਥਰ ਨੂੰ ਹਟਾਉਣ ਦਾ ਬੜਾ ਯਤਨ ਕੀਤਾ ਪਰ ਪਥਰ ਨਾ ਹਟਿਆ ਉਧਰ ਰਾਤ ਦਾ ਸਮਾਂ ਹੋ ਗਿਆ ਨਿਤਨੇਮ ਕੀਤਾ ਬਾਣੀ ਗਾਈ ਗਈ ਲੰਗਰ ਪ੍ਰਸ਼ਾਦ ਛਕਕੇ ਵਿਸ਼ਰਾਮ ਲਈ ਸੰਗਤਾਂ ਤੇ ਬਾਬਾ ਜੀ ਨੇ ਆਸਣ ਲਾ ਲਿਆ ਰਾਤ ਫਿਰ ਬਾਬਾ ਜੀ ਨੂੰ ਗੁਰੂ ਨਾਨਕ ਸਾਹਿਬ ਦੇ ਦਰਸ਼ਨ ਹੋਏ ਪਾਤਸ਼ਾਹ ਜੀ ਨੇ ਉਪਦੇਸ਼ ਦਿੱਤਾ ਕੇ ਪੰਜ ਪਾਠ ਜਪੁਜੀ ਸਾਹਿਬ ਦੇ ਕੋਲ ਜਲ ਰਖਕੇ ਕਰੋ ਫਿਰ ਉਸ ਜਲ ਦੇ ਪੰਜ ਛਿਟੇ ਪਥਰ ਤੇ ਮਾਰੋ ਤੇ ਅਰਦਾਸ ਬੇਨਤੀ ਕਰੋ ਪਥਰ ਆਪੇ ਹੱਟ ਜਾਵੇਗਾ। ਅੰਮ੍ਰਿਤ ਵੇਲੇ ਫਿਰ ਸੰਗਤਾਂ ਤੇ ਬਾਬਾ ਜੀ ਨੇ ਇਸ਼ਨਾਨ ਕਰਕੇ ਨਿਤਨੇਮ ਕਰ ਸਾਰੀ ਵਿਥਿਆ ਸੰਗਤਾਂ ਨਾਲ ਸਾਂਝੀ ਕੀਤੀ ਫਿਰ ਦਸੀ ਵਿਧੀ ਅਨੁਸਾਰ ਸਾਰਾ ਕਾਰਜ ਕੀਤਾ ਪਾਠ ਉਪਰੰਤ ਜਲ ਦੇ ਛਿਟੇ ਮਾਰੇ ਅਰਦਾਸ ਕੀਤੀ ਪਥਰ ਆਪੇ ਹੀ ਉਥੋ ਹੱਟਿਆ ਸੰਗਤਾਂ ਨੇ ਪਾਤਸ਼ਾਹ ਸ੍ਰੀ ਗੁਰੂ ਨਾਨਕ ਸਾਹਿਬ ਦਾ ਧੰਨਵਾਦ ਕਰਦਿਆਂ ਬਾਣੀ ਗਾਈ ਫਾਰ ਚੋਲਾ ਸਾਹਿਬ ਜੀ ਨੂੰ ਅਦਬ ਸਤਿਕਾਰ ਨਾਲ

ਬਾਬਾ ਜੀ ਨੇ ਆਪ ਸਿਰ ਤੇ ਚੁਕਿਆ ਤੇ ਬਾਣੀ ਗਾਇਨ ਕਰਦੇ 21 ਫੱਗਣ ਨੂੰ ਡੇਹਰਾ ਬਾਬਾ ਨਾਨਕ ਵਿਖੇ ਪਹੁੰਚੇ ਇਧਰੋ ਹੁਸ਼ਿਆਰਪੁਰ ਤੋ ਚਲੀਆਂ ਹੋਈਆਂ ਸੰਗਤਾਂ ਬਹੁਤ ਹੀ ਵਡੀ ਗਿਣਤੀ ਚ ਡੇਹਰਾ ਸਹਿਬ ਪਹੁੰਚ ਗਈਆਂ ਸੰਗਤਾਂ ਦੇ ਇਕਠ ਤੇ ਉਤਸ਼ਾਹ ਨੂੰ ਵੇਖ ਕੇ ਬਾਬਾ ਕਾਬਲੀ ਮੱਲ ਜੀ ਨੇ ਬਚਨ ਕੀਤਾ ਕੇ ਜਿਵੇ ਅਜ ਪਹੁੰਚੇ ਹੋ ਏਸੇ ਤਰ੍ਹਾਂ ਜਿਹੜਾ ਹਰ ਸਾਲ ਡੇਹਰਾ ਸਹਿਬ ਆਵੇਗਾ ਹਰ ਮਨੋਕਮਨਾ ਪੂਰੀ ਹੋਵੇਗੀ ਤੇ ਗੁਰੂ ਨਾਨਕ ਸਾਹਿਬ ਆਪ ਸਹਾਈ ਹੋਣਗੇ ਅਜ 21 ਫੱਗਣ ਨੂੰ ਡੇਹਰਾ ਸਹਿਬ ਵਿਖੇ ਲਖਾਂ ਸੰਗਤਾਂ ਪੈਦਲ ਚਲਕੇ ਮਾਝੇ ਮਾਲਵੇ ਤੇ ਦੁਆਬੇ ਤੋ ਆਉਦੀਆਂ ਹਨ ਹੁਸ਼ਿਆਰਪੁਰ ਦੇ ਪਿੰਡ ਖੜਿਆਲਾ ਸੈਣੀਆ ਤੋ ਹਜਾਰਾਂ ਸੰਗਤਾਂ ਹਰ ਸਾਲ ਪੈਦਲ ਚਲਕੇ ਗੁਰੂ ਨਾਨਕ ਦੇਵ ਜੀ ਦੀਆਂ ਖੁਸ਼ੀਆ ਮਾਣਦੀਆ ਹਨ ਕਰਮਾਂ ਵਾਲ਼ੇ ਜੀਵ ਇਸ ਰਬੀ ਚੋਲਾ ਸਾਹਿਬ ਦੇ ਦਰਸ਼ਨ ਦੀਦਾਰ ਇਉ ਕਰਦੇ ਹਨ।

ਕਸੂਰੀ ਛੰਦ

ਚਲੀ ਸੰਗਤ ਹਜਾਰਾਂ ਦੇਸ਼ ਜੀ ਦੁਆਬੇ ਦੀ
ਅਖੀ ਵੇਖਣੀ ਹੈ ਲੀਲਾ ਅਸੀ ਗੁਰੂ ਬਾਬੇ ਦੀ,
ਸਾਰੇ ਚਾਵਾਂ ਨਾ ਕਦਮ ਜਾਣ ਅਗੇ ਧਰਦੇ
ਚੋਲਾ ਸਾਹਿਬ ਦੇ ਦਰਸ਼ ਭਾਗਾ ਵਾਲੇ ਕਰਦੇ।

ਹਰ ਪਾਸੇ ਗੁਰਬਾਣੀ ਤਾਈਂ ਗਾਈ ਜਾਦੇ ਨੇ
ਰੱਖ ਅਖੰਡ ਪਾਠ ਭੋਗ ਸਿੰਘ ਪਾਈ ਜਾਦੇ ਨੇ,

ਖੀਰ ਪੂੜੇ ਅਤੇ ਛੋਲੇ ਕਿਤੇ ਬਣੇ ਜਰਦੇ

ਚੋਲਾ ਸਾਹਿਬ ਦੇ ਦਰਸ਼ ਭਾਗਾ ਵਾਲੇ ਕਰਦੇ।

ਲਖਾਂ ਸੰਗਤਾਂ ਨੇ ਪੈਂਡੇ ਵੇਖੋ ਆਣ ਮਲੇ ਨੇ

ਡੇਰਾ ਸਹਿਬ ਦੇ ਦਰਸ ਜੋ ਕਰਨ ਚਲੇ ਨੇ,

ਜਾਂਦੇ ਉਚੀ ਉਚੀ ਬਾਣੀ ਗੁਰਾਂ ਵਾਲੀ ਪੜਦੇ

ਚੋਲਾ ਸਾਹਿਬ ਦੇ ਦਰਸ਼ ਭਾਗਾ ਵਾਲੇ ਕਰਦੇ।

ਹਰ ਥਾਂ ਉਤੇ ਵੇਖੋ ਲਗੀਆ ਨੇ ਪੰਗਤਾਂ

ਸੇਵਾ ਤਨ ਮਨ ਲਾਕੇ ਹੈ ਕਮਾਉਣ ਸੰਗਤਾਂ,

ਹਥ ਜੋੜ ਸੇਵਾਦਾਰ ਸੇਵਾ ਤਾਈ ਵਰ ਦੇ

ਚੋਲਾ ਸਾਹਿਬ ਦੇ ਦਰਸ਼ ਭਾਗਾ ਵਾਲੇ ਕਰਦੇ।

ਹੁੰਦੀ ਰੌਣਕ ਹੈ ਬੜੀ ਵੇਖਣੇ ਕਮਾਲ ਦੀ

ਸੇਵਾ ਵਿਚੋ ਖੁਸ਼ੀ ਸੰਗਤ ਹੈ ਰਹਿੰਦੀ ਭਾਲਦੀ,

ਜਿਹਦੇ ਮਨ ਵਿਚ ਚਾਅ ਓਹ ਨਾ ਕਦੇ ਹਰਦੇ

ਚੋਲਾ ਸਾਹਿਬ ਦੇ ਦਰਸ਼ ਭਾਗਾ ਵਾਲੇ ਕਰਦੇ।

ਇਕੀ ਫੱਗਣ ਤੇ ਭਾਗਾਂ ਵਾਲਾ ਦਿਨ ਜਾਣੀਏ,

ਗੁਰੂ ਨਾਨਕ ਦੀ ਰਹਿਮਤ ਨੂੰ ਰੱਜ ਮਾਣੀਏ,

ਪਾਈਏ ਰਜਕੇ ਦੀਦਾਰ ਨਾਨਕ ਦੇ ਘਰ ਦੇ
ਚੋਲਾ ਸਾਹਿਬ ਦੇ ਦਰਸ਼ ਭਾਗਾ ਵਾਲੇ ਕਰਦੇ।

ਚਾਰੇ ਪਾਸੇ ਵੇਖੋ ਸੰਗਤਾਂ ਦਾ ਹੜ ਆ ਗਿਆ
ਮਾਨੋ ਖੁਸ਼ੀਆ ਦਾ ਖੇੜਾ ਇਥੇ ਚੜ ਆ ਗਿਆ,
ਸਰਵਣ ਸਿੰਘ ਬਲਿਹਾਰ ਜਾਵੇ ਸਚੇ ਦਰ ਦੇ
ਚੋਲਾ ਸਾਹਿਬ ਦੇ ਦਰਸ ਭਾਗਾ ਵਾਲੇ ਕਰਦੇ ।

ਬਾਲਾ ਪ੍ਰੀਤਮ ਸਹਿਬ ਸ਼੍ਰੀ ਗੁਰੂ ਹਰਿਕ੍ਰਿਸ਼ਨ ਸਹਿਬ ਜੀ ਦੇ ਚਰਨਾਂ ਵਿੱਚ ਅਰਜੋਈ

ਗੁਰੂ ਹਰਿ ਰਾਏ ਦੇ ਘਰ ਨੂੰ ਭਾਗ ਲਾਏ
ਕਿਸ਼ਨ ਕੌਰ ਦੇ ਅਖ ਦਿਆ ਤਾਰਿਆਂ ਵੇ,
ਕੀਰਤਪੁਰ ਦੇ ਭਾਗ ਜਗਾਉਣ ਆਇਉ
ਤਾਰ ਸਾਨੂੰ ਵੀ ਬਾਲਾ ਪ੍ਰੀਤਮ ਪਿਆਰਿਆਂ ਵੇ।

ਤੇਰੇ ਚਰਨਾਂ ਤੇ ਝੁਕਦੀਆ ਬਾਦਸ਼ਾਹੀਆ
ਚਲ ਆਇਆ ਹੰਕਾਰੀ ਡਿਠਾ ਹਾਰਿਆ ਵੇ,
ਉਸ ਧਰਤੀ ਤੇ ਖੇੜਾ ਫੁਲ ਮਹਿਕ ਉਠੇ
ਜਿਥੇ ਬਾਲਾ ਜੀ ਚਰਨਾਂ ਨੂੰ ਡਾਰਿਆ ਵੇ।

ਦਾਤੇ ਵਿਚ ਪੰਜੋਖਰੇ ਨਿਵਾਸ ਕਰਿਆ
ਕੀਤਾ ਕੋਹੜੀ ਤੇ ਵਡਾ ਉਪਕਾਰਿਆ ਵੇ,
ਜਦ ਤਕਿਆ ਪੰਡਤ ਹੈਰਾਨ ਹੋਇਆ
ਆਇਆ ਹਉਮੇ ਦਾ ਗੁਰੂ ਵਲ ਮਾਰਿਆ ਵੇ।

ਸਾਡਾ ਇਕ ਮੁਰਾਰੀ ਜਿਹਨੂੰ ਕ੍ਰਿਸ਼ਨ ਕਹਿੰਦੇ

ਜਨਮ ਕਦ ਦਾ ਹਰਿ ਕ੍ਰਿਸ਼ਨ ਧਾਰਿਆ ਵੇ,
ਤੈਨੂੰ ਪੂਜਦੇ ਚਰਨਾਂ ਤੇ ਕਰਨ ਸਿਜਦੇ
ਮਥੇ ਟੇਕਦੇ ਕਾਹਤੋ ਸੰ ਸਾਰਿਆ ਵੇ।

ਛੱਜੂ ਸਿਖ ਤੇ ਰਹਿਮਤ ਦੀ ਕਰੀ ਕਿਰਪਾ
ਪੰਡਤ ਹਾਰਕੇ ਰਬ ਸਤਿਕਾਰਿਆ ਵੇ,
ਦਿਲੀ ਵਲ ਨੂੰ ਦਾਤੇ ਫਿਰ ਕੂਚ ਕੀਤਾ
ਜੈ ਸਿੰਘ ਨੂੰ ਭਾਗ ਲਾਕੇ ਤਾਰਿਆ ਵੇ।

ਕੀਤੇ ਦਰਸ਼ ਤੇ ਸੰਗਤ ਨਿਹਾਲ ਹੋਈ
ਔਰੰਗੇ ਦਰਸ਼ ਲਈ ਤਰਲਾ ਮਾਰਿਆ ਵੇ,
ਬਿਨਾ ਭਾਗਾਂ ਨਾ ਮਲੇਛ ਨੂੰ ਦਰਸ਼ ਹੁੰਦੇ
ਬੰਦਾ ਕੋਸਦਾ ਕਰਮਾਂ ਨੂੰ ਮਾਰਿਆ ਵੇ।

ਟੁਟਾ ਦੁਖਾਂ ਦਾ ਪਹਾੜ ਜਦ ਆਣ ਦਿਲੀ
ਰੋਂਦਾ ਹਰ ਬੰਦਾ ਜਾਰੋ ਜਾਰਿਆ ਵੇ,
ਗੁਰਾਂ ਝਲ ਕੇ ਦੁਖ ਸਾਰੇ ਦਿਲੀ ਵਾਲੇ
ਚਾਲਾ ਬੈਕੁਠ ਧਾਮ ਨੂੰ ਮਾਰਿਆ ਵੇ।
ਕੀਤੇ ਗੁਣ ਤੇ ਅਜ ਦੁਨੀਆ ਯਾਦ ਕਰਦੀ

ਦੁਖੀ ਜਗ ਦਾ ਕਸ਼ਟ ਨਿਵਾਰਿਆ ਵੇ,

ਸਾਨੂੰ ਪਾਰ ਲਾਵੀ ਸਰਵਣ ਆਖਦਾ ਏ

ਬਾਲਾ ਪ੍ਰੀਤਮ ਤੂੰ ਤਾਰਨ ਹਾਰਿਆ ਵੇ।

ਪ੍ਰਸੰਗ ਮਾਤਾ ਸੁੰਦਰੀ ਜੀ ਦਾ ਵਿਆਹ ਦਸ਼ਮੇਸ਼ ਪਿਤਾ ਜੀ ਦੇ ਨਾਲ

ਬੰਦਨਾ

ਮਾਂ ਗੁਜਰੀ ਦੀ ਕੁਖ ਨੂੰ ਜਿਸਨੇ ਭਾਗ ਲਗਾਇਆ ਏ
ਪਟਨੇ ਸ਼ਹਿਰ ਦਾ ਜਿਸਨੇ ਆਕੇ ਮਾਣ ਵਧਾਇਆ ਏ,
ਪਿਤਾ ਗੁਰਾਂ ਦਾ ਸਦਕੇ ਜਾਵੇ ਸ਼ੁਕਰ ਮਨਾਉਂਦੇ ਨੇ
ਦਸਮ ਗੁਰਾਂ ਦੇ ਦਰਸ਼ਨ ਭਾਗਾ ਵਾਲੇ ਪਾਉਂਦੇ ਨੇ।

ਭੀਖਮ ਸ਼ਾਹ ਜੋ ਸਿਜਦੇ ਕਰਦਾ ਲਹਿੰਦੇ ਪਾਸੇ ਆ
ਖਿੜੀਆ ਫੁਲ ਬਹਾਰਾਂ ਆਏ ਮੁੜਕੇ ਹਾਸੇ ਆ,
ਚੜਦੇ ਵਲ ਅੱਲਾ ਆਇਆ ਏਦਾਂ ਕਹਿ ਸੁਣਾਉਂਦੇ ਨੇ
ਦਸਮ ਗੁਰਾਂ ਦੇ ਦਰਸ਼ਨ ਭਾਗਾ ਵਾਲੇ ਪਾਉਂਦੇ ਨੇ।

ਵਿਚ ਅਸਾਮ ਦੇ ਖਬਰਾਂ ਹੋਈਆਂ ਗੁਰ ਤੇਗ ਬਹਾਦਰ ਨੂੰ
ਹਦੋ ਵਧਕੇ ਖੁਸ਼ੀਆ ਚੜੀਆ ਸੁਣਕੇ ਫਾਦਰ ਨੂੰ,
ਗੋਬਿੰਦ ਰਾਏ ਨਾਂ ਰਖਿਆ ਆਕੇ ਸਿਖ ਆਖ ਸੁਣਾਉਂਦੇ ਨੇ
ਦਸਮ ਗੁਰਾਂ ਦੇ ਦਰਸ਼ਨ ਭਾਗਾ ਵਾਲੇ ਪਾਉਂਦੇ ਨੇ।

ਹੋਇਆ ਜਦੋ ਪ੍ਰਕਾਸ਼ ਤੇ ਸੁਤੀ ਕਿਸਮਤ ਜਾਗੀ ਸੀ
ਮਹਿਕ ਉਠੀ ਫਿਰ ਧਰਤੀ ਜਿਹੜੀ ਬਣੀ ਨਿਭਾਗੀ ਸੀ,
ਰਖਕੇ ਆਸ ਜੋ ਆਉਦੇ ਝੋਲੀ ਆਣ ਫੁਲਾਉਦੇ ਨੇ
ਦਸਮ ਗੁਰਾਂ ਦੇ ਦਰਸ਼ਨ ਭਾਗਾ ਵਾਲੇ ਪਾਉਂਦੇ ਨੇ।

ਕਰਦੇ ਚੋਜ ਨਿਆਰੇ ਰਲਕੇ ਨਾਲ ਹਾਣੀਆ ਦੇ
ਕੁਦਰਤ ਸੀ ਕੁਰਬਾਣ ਜਿਹੜੀਆਂ ਮੌਜਾਂ ਮਾਣੀਆ ਤੇ,
ਕਰਦੇ ਅਜਬ ਹੀ ਖੇਡਾਂ ਕਿਧਰੇ ਤੀਰ ਚਲਾਉਂਦੇ ਨੇ
ਦਸਮ ਗੁਰਾਂ ਦੇ ਦਰਸ਼ਨ ਭਾਗਾ ਵਾਲੇ ਪਾਉਂਦੇ ਨੇ।

ਤਾਰਿਆ ਪੰਡਤ ਸ਼ਿਵਦਤ ਗੁਰਾਂ ਰੂਪ ਵਟਾਇਆ ਸੀ
ਕੀਤਾ ਸ਼ੰਕਾ ਦੂਰ ਤੇ ਉਸ ਦਾ ਭਰਮ ਮਿਟਾਇਆ ਸੀ,
ਸੁਟ ਗੰਗਾ ਵਿਚ ਰੋਗੀ ਉਸਦੇ ਰੋਗ ਗਵਾਉਦੇ ਨੇ
ਦਸਮ ਗੁਰਾਂ ਦੇ ਦਰਸ਼ਨ ਭਾਗਾ ਵਾਲੇ ਪਾਉਂਦੇ ਨੇ।

ਬੜੇ ਚੋਜ ਨੇ ਦਾਤਾ ਸਭ ਕਹਿਣੇ ਤੋ ਬਾਹਰੇ ਨੇ
ਕੋਈ ਨਾ ਗਿਣਤੀ ਹੋਵੇ ਜਿਹੜੇ ਤੁਸਾਂ ਨੇ ਤਾਰੇ ਨੇ,
ਤਾਹੀਉ ਸਰਵਣਾਂ ਤੇੜੀ ਵਾਲੇ ਜਸ ਸੁਣਾਉਂਦੇ ਨੇ
ਦਸਮ ਗੁਰਾਂ ਦੇ ਦਰਸ਼ਨ ਭਾਗਾ ਵਾਲੇ ਪਾਉਂਦੇ ਨੇ।

ਪਿੰਡ ਬਜਵਾੜਾ ਨਜਦੀਕ ਹਰੀਆਂ ਵੇਲਾ ਜਿਲਾ ਹੁਸ਼ਿਆਰਪੁਰ ਦੇ ਰਹਿਣ ਵਾਲੇ ਭਾਈ ਰਾਮ ਸ਼ਰਨ ਜੀ (ਕੁਮਰਾਵ ਖੱਤਰੀ) ਅਤੇ ਮਾਤਾ ਸ਼ਿਵਦੇਵੀ ਜੀ ਦੀ ਕੁਖੋ ਇਕ ਬੇਟੀ ਨੇ ਜਨਮ ਲਿਆ ਜਿਸ ਦਾ ਨਾਂ ਸੁੰਦਰੀ ਰਖਿਆ ਗਿਆ ਇਸ ਬੇਟੀ ਦੇ ਜਨਮ ਦੀ ਖੁਸ਼ੀ ਪ੍ਰਵਾਰ ਅਤੇ ਸਾਕ ਸਬੰਧੀ ਨੇ ਬਹੁਤ ਹੀ ਮਨਾਈ ਵੈਸੇ ਤਾਂ ਸਾਡੇ ਸਮਾਜ ਦਾ ਇਕ ਰਿਵਾਜ ਹੈ ਕੇ ਧੀ ਦੇ ਜਨਮ ਦੀ ਖੁਸ਼ ਬਹੁਤ ਘਟ ਲੋਕ ਮਨਾਉਂਦੇ ਪਰ ਜੇਕਰ ਧੀਆਂ ਹੀ ਨਾ ਹੋਈਆਂ ਤਾਂ ਪੁਤ ਕਿਥੇ ਵਿਆਹ ਕਰਵਾਉਣਗੇ ਇਧਰ ਇਸ ਪ੍ਰਵਾਰ ਨੇ ਕਿਵੇ ਖੁਸ਼ੀ ਮਨਾਈ ਇਉ ਬਿਆਨ ਹੈ।

(ਕਮਾਨੀ ਛੰਦ)

ਰਾਮ ਸ਼ਰਨ ਦੀ ਪੁਤਰੀ ਸੋਹਣੀ ਜੀ
ਹੈ ਸਭ ਦੇ ਦਿਲ ਨੂੰ ਮੋਹਣੀ ਜੀ,
ਨਾ ਹੋਰ ਜਗਤ ਵਿਚ ਹੋਣੀ ਜੀ
ਜੋ ਹਰ ਇਕ ਦਿਲ ਨੂੰ ਭਾਈ ਏ,
ਰਾਮ ਸ਼ਰਨ ਦੀ ਪੁਤਰੀ ਬਣਕੇ ਤੇ
ਜੋ ਪਿੰਡ ਬਜਵਾੜੇ ਆਈ ਏ।

ਸ਼ਿਵਦੇਵੀ ਮਾਤਾ ਕਹਿੰਦੇ ਨੇ
ਜੋ ਪਿੰਡ ਬਜਵਾੜੇ ਰਹਿੰਦੇ ਨੇ,
ਉਹਦੇ ਭਾਣੇ ਵਿਚ ਅਨੰਦ ਲੈਂਦੇ ਨੇ

ਨਾਂ ਚਮਕੂ ਜਿਵੇ ਮੁੰਦਰੀ ਏ,

ਜਗ ਤੇ ਰੁਸ਼ਨਾਈ ਬਣਕੇ ਤੇ

ਪੈਦਾ ਹੋਈ ਬੇਟੀ ਸੁੰਦਰੀ ਏ।

ਧੀ ਜਗ ਤੇ ਧਿਰ ਕਹਾਉਂਦੀ ਏ

ਦੁਖ ਮਾਪਿਆਂ ਵਾਲੇ ਵੰਡਾਉਦੀ ਏ,

ਧੀ ਬਿਨਾਂ ਨਾ ਦੁਨੀਆ ਸੋਹਦੀ ਏ

ਐਸੀ ਲੀਲਾ ਰਾਮ ਰਚਾਈ ਏ,

ਰਾਮ ਸ਼ਰਨ ਦੀ ਪੁਤਰੀ ਬਣਕੇ ਤੇ

ਜੋ ਪਿੰਡ ਬਜਵਾੜੇ ਆਈ ਏ।

ਸ਼ਿਵਦੇਵੀ ਖੁਸ਼ੀ ਮਨਾਉਂਦੀ ਏ

ਜੋ ਰਬ ਦਾ ਸ਼ੁਕਰ ਮਨਾਉਂਦੀ ਏ,

ਮੁੜ ਮੁੜਕੇ ਦਰਸ਼ਨ ਪਾਉਂਦੀ ਏ

ਜੋ ਗੀਤ ਖੁਸ਼ੀ ਦੇ ਗੁੰਦ ਰਹੀ ਜੇ,

ਜਗ ਤੇ ਰੁਸ਼ਨਾਈ ਬਣਕੇ ਤੇ

ਪੈਦਾ ਹੋਈ ਬੇਟੀ ਸੁੰਦਰੀ ਏ।

ਧੰਨ ਭਾਗ ਪਿਤਾ ਜੀ ਕਹਿੰਦਾ ਏ

ਜੋ ਉਸ ਭਾਵੇ ਹੋ ਰਹਿੰਦਾ ਏ,
ਹਰ ਭਾਣਾ ਮਿਠਾ ਸਹਿੰਦਾ ਏ
ਏ ਕੁਦਰਤ ਖੇਡ ਬਣਾਈ ਏ,
ਰਾਮ ਸ਼ਰਨ ਦੀ ਪੁਤਰੀ ਬਣਕੇ ਤੇ
ਜੋ ਪਿੰਡ ਬਜਵਾੜੇ ਆਈ ਏ।

ਸਭ ਸਾਕ ਸਬੰਧੀ ਆਏ ਜੀ
ਰਲ ਸੋਹਲੇ ਖੁਸ਼ੀ ਦੇ ਗਾਏ ਜੀ,
ਜੋ ਹਰ ਵੇਲੇ ਹਮਸਾਏ ਜੀ
ਸਰਵਣ ਜਗ ਆਈ ਹੁੰਦਰੀ ਏ,
ਜਗ ਤੇ ਰੁਸ਼ਨਾਈ ਬਣਕੇ ਤੇ
ਪੈਦਾ ਹੋਈ ਬੇਟੀ ਸੁੰਦਰੀ ਏ।

ਕਾਦਰ ਦੀ ਕੁਦਰਤ ਨੂੰ ਪਿਆਰ ਕਰਨ ਵਾਲੇ ਮਾਪਿਆਂ ਨੇ ਧੀ ਦੀ ਬੜੇ ਪਿਆਰ ਨਾਲ ਪਾਲਣਾ ਪੋਸ਼ਣਾ ਸ਼ੁਰੂ ਕੀਤੀ ਹਰ ਆਢ ਗੁਵਾਡ ਬੇਟੀ ਨੂੰ ਬਹੁਤ ਪਿਆਰ ਕਰਦਾ ਲਾਡਾ ਚਾਵਾਂ ਨਾਲ ਬੇਟੀ ਦੀ ਪਰਵਸ਼ ਹੋਣ ਲਗੀ ਥੋੜੀ ਕੁ ਜਵਾਨ ਹੋਈ ਤਾਂ ਹਰ ਮਾਪਿਆਂ ਨੂੰ ਧੀਆਂ ਦਾ ਜਿਵੇ ਫਿਕਰ ਲਗ ਜਾਦਾ ਓਸੇ ਤਰ੍ਹਾਂ ਸ਼ਿਵਦੇਵੀ ਜੀ ਵੀ ਫਿਕਰਮੰਦ ਹੋਣ ਲਗੀ ਇਕ ਦਿਨ ਆਪਣੇ ਸਵਾਮੀ ਦੇਵ ਨੂੰ ਪੁਤਰੀ ਦੇ ਵਿਆਹ ਬਾਰੇ ਇਉ ਕਹਿਣ ਲਗੀ ਕਿਵੇ ਮਾਪੇ ਸਲਾਹ ਕਰ ਰਹੇ ਸੀ ਇਉ ਬਿਆਨ ਹੈ

ਕੋਰੜਾ ਛੰਦ

ਸੁਣਲੋ ਸੁਆਮੀ ਦੇਵ ਗਲ ਮੇਰੀ ਨੂੰ
ਹੋਰ ਹੁਣ ਬਹੁਤੀ ਨਾ ਲਗਾਵੋ ਦੇਰੀ ਨੂੰ,
ਸਾਕਾ ਤਾਈ ਗਲ ਹੈ ਪੁਚਾਉਣੀ ਚਾਹੀਦੀ
ਪੁਤਰੀ ਜਵਾਨ ਹੈ ਵਿਆਉਣੀ ਚਾਹੀਦੀ।

ਦੁਨੀਆ ਦੀ ਮੁਢੋ ਚਲੀ ਆਉਦੀ ਰੀਤ ਜੀ
ਘਰ ਅਸੀ ਆਪਣੇ ਵੀ ਗਾਈਏ ਗੀਤ ਜੀ
ਬਹੁਤੀ ਦੇਰ ਹੁਣ ਨਾ ਲਗਾਉਣੀ ਚਾਹੀਦੀ
ਪੁਤਰੀ ਜਵਾਨ ਹੈ ਵਿਆਉਣੀ ਚਾਹੀਦੀ।

ਧੰਨ ਹੈ ਬਿਗਾਨਾ ਸਾਰੇ ਲੋਕ ਕਹਿੰਦੇ ਨੇ
ਦਿਨੇ ਰਾਤ ਮਾਪੇ ਕਦੋ ਚੈਨ ਲੈਂਦੇ ਨੇ,
ਅਮਾਨਤ ਪਰਾਈ ਨਾ ਲੁਕਾਉਣੀ ਚਾਹੀਦੀ
ਪੁਤਰੀ ਜਵਾਨ ਹੈ ਵਿਆਉਣੀ ਚਾਹੀਦੀ।

ਦੁਖ ਸੁਖ ਵੇਲੇ ਹੈ ਸਹਾਰਾ ਬਣਦੀ
ਲੋੜ ਪੈਣ ਵੇਲੇ ਵੈਰੀ ਉਤੇ ਤਣ ਦੀ.
ਵਡਿਆ ਦੀ ਰੀਤ ਨਾ ਭੁਲਾਉਣ ਚਾਹੀਦੀ

ਪੁਤਰੀ ਜਵਾਨ ਹੈ ਵਿਆਉਣੀ ਚਾਹੀਦੀ।

ਸਾਨੂੰ ਸਾਡੀ ਧੀ ਬੜੀ ਹੀ ਪਿਆਰੀ ਏ
ਮਹਿਕਦੇ ਨੇ ਫੁਲ ਖਿੜੀ ਜਿਉ ਕਿਆਰੀ ਏ,
ਸੁਚੀ ਕਲੀ ਮਿਟੀ ਨਾ ਮਿਲਾਉਣੀ ਚਾਹੀਦੀ
ਪੁਤਰੀ ਜਵਾਨ ਹੈ ਵਿਆਉਣੀ ਚਾਹੀਦੀ।

ਆਪਣਾ ਫਰਜ ਅਸੀ ਵੀ ਨਿਭਾ ਦਈਏ
ਟੋਲ ਕੇ ਤੇ ਵਰ ਪਲੇ ਨੂੰ ਫੜਾ ਦਈਏ,
ਗਲ ਕਦੇ ਕਰਨੀ ਨਾ ਬੌਣੀ ਚਾਹੀਦੀ
ਪੁਤਰੀ ਜਵਾਨ ਹੈ ਵਿਆਉਣੀ ਚਾਹੀਦੀ।

ਪੁਤਰੀ ਜਵਾਨ ਮਾਪੇ ਫਿਕਰਮੰਦ ਜੀ
ਲਭ ਦੇ ਨੇ ਜਗੋ ਸੋਹਣਾ ਫਰਜੰਦ ਜੀ,
ਸਰਵਣ ਸਿੰਘਾ ਰੀਤ ਏ ਨਿਭਾਉਣੀ ਚਾਹੀਦੀ
ਪੁਤਰੀ ਜਵਾਨ ਹੈ ਵਿਆਉਣੀ ਚਾਹੀਦੀ।

ਫਿਕਰ ਇਕ ਘੁਣ ਵਾਂਗ ਹੈ ਜੋ ਵਡੇ ਵਡੇ ਸ਼ਤੀਰਾ ਨੂੰ ਖੋਖਲਾ ਕਰ ਦਿੰਦਾ ਪਰ ਏਹ ਰਬ ਦੇ ਭੈਅ ਵਾਲਾ ਪ੍ਰਵਾਰ ਵਾਹਿਗੁਰੂ ਤੇ ਭਰੋਸਾ ਰਖਣ ਵਾਲੇ ਦੋਵੇ ਜੀਅ

ਗਲਬਾਤ ਕਰਦਿਆਂ ਆਖਰ ਇਸ ਮੁਕਾਮ ਤੇ ਪਹੁੰਚੇ ਕੇ ਲਾਗੀ ਜਨਾ ਨੂੰ ਏਹ ਕੰਮ ਸੌਂਪਿਆ ਜਾਵੇ ਜੋ ਉਸ ਸਮੇ ਰਿਵਾਜ ਸੀ ਸਾਰੀ ਸਲਾਹ ਭੈਣ ਭਰਾਵਾਂ ਨਾਲ ਕਰਕੇ ਲਾਗੀ ਜਨਾਂ ਨੂੰ ਤੋਰਿਆ ਗਿਆ ਆਖਰਕਾਰ ਲਾਗੀ ਜਨ ਅਨੰਦਪੁਰ ਸਾਹਿਬ ਦੇ ਰਸਤੇ ਵਲ ਨੂੰ ਅਚਾਨਕ ਹੀ ਤੁਰੇ ਗਏ (ਜਦੋ ਭਾਗ ਬੰਦੇ ਦੇ ਜਾਗਦੇ ਨੇ ਫਿਰ ਢੋਅ ਸੁਲੱਖਣੇ ਢੁਕਦੇ ਨੇ) ਇਹ ਲਾਗੀ ਜਨ ਅਨੰਦਪੁਰ ਸਾਹਿਬ ਵਿਖੇ ਪਹੁੰਚੇ ਲੰਗਰ ਪ੍ਰਸ਼ਾਦ ਛਕਿਆ ਸਤਸੰਗਤ ਕੀਤੀ ਦਰਸ਼ਨ ਕੀਤੇ ਕਲਗੀਧਰ ਪਾਤਸ਼ਾਹ ਜੀ ਦੇ ਤਾ ਨਿਹਾਲ ਹੋ ਗਏ, ਮਾਤਾ ਨਾਨਕੀ ਜੀ ਨੂੰ ਮਿਲਣ ਵਾਸਤੇ ਬੇਨਤੀ ਕੀਤੀ ਤਾਂ ਸੇਵਾਦਾਰਾਂ ਨੇ ਮਾਤਾ ਜੀ ਨਾਲ ਮਿਲਾਪ ਕਰਵਾਇਆ, ਤਾਂ ਲਾਗੀ ਜਨਾ ਨੇ ਸਾਰੀ ਵਿਥਿਆ ਦਸੀ ਕੇ ਇਸ ਕਾਰਜ ਕਰਕੇ ਨਿਕਲੇ ਸੀ ਪਰ ਏਥੇ ਆਣਕੇ ਭਟਕਣਾ ਮੁਕ ਗਈ ਤੁਸੀ ਕਿਰਪਾ ਕਰੋ ਤੇ ਇਹ ਸਾਕ ਪ੍ਰਵਾਨ ਕਰੋ ਮਾਤਾ ਜੀ ਨੇ ਭਾਈ ਕਿਰਪਾਲ ਚੰਦ, ਹੋਰ ਸਿਖਾਂ ਅਤੇ ਮਾਤਾ ਗੁਜਰੀ ਜੀ ਨਾਲ ਸਲਾਹ ਕਰਕੇ ਹਾਂ ਕਰ ਦਿੱਤੀ ਲਾਗੀ ਜਨ ਵਾਪਸ ਪਰਤੇ ਸਾਰੀ ਕਹਾਣੀ ਦਸੀ ਬਜਵਾੜੇ ਨਿਵਾਸੀਆਂ ਚ ਖੁਸ਼ੀ ਦੀ ਲਹਿਰ ਦੌੜਨ ਲਗੀ ਉਧਰ ਮਾਤਾ ਨਾਨਕੀ ਜੀ ਨੇ ਇਸ ਕਾਰਜ ਨੂੰ ਮੁਖ ਰਖਕੇ ਚਿਠੀਆਂ ਲਿਖਵਾ ਲਈਆਂ ਕਿਵੇ ਅੰਗਾਂ ਸਾਕਾ ਤੇ ਸੰਗਤਾਂ ਨੂੰ ਚਿਠੀਆ ਭੇਜੀਆਂ ਵੇਰਵਾ ਇਉ ਬਿਆਨ ਹੈ

ਬੈਤੰ ਛੋਟਾ

ਮਾਤਾ ਖੁਸ਼ ਹੋ ਕੇ ਅੰਗਾਂ ਸਾਕਾ ਤਾਈ

ਗਲ ਵਿਆਹ ਦੀ ਇੰਝ ਸਮਝਾਉਣ ਲਗੇ,

ਸਾਡਾ ਪੁਤਰ ਪਿਆਰਾ ਗੋਬਿੰਦ ਰਾਏ
ਅਸੀ ਉਸ ਦੇ ਤਾਈ ਹਾਂ ਵਿਆਉਣ ਲਗੇ,
ਭਾਗਾਂ ਨਾਲ ਨੇ ਮਿਲਦੀਆਂ ਏਹ ਘੜੀਆ
ਸ਼ੁਕਰ ਰਬ ਦਾ ਲੱਖ ਮਨਾਉਣ ਲਗੇ,
ਨੈਣ ਤਰਸਦੇ ਚਿਰਾਂ ਤੋ ਖੁਸ਼ੀ ਖਾਤਰ
ਦਾਤੇ ਮਿਹਰਾਂ ਦਾ ਮੀਹ ਬਰਸਾਉਣ ਲਗੇ,
ਮਾਮਾ ਮਾਮੀ ਭੂਆ ਤੇ ਸਾਕ ਸਾਰੇ
ਖੁਸ਼ੀ ਵਿਚ ਨਾ ਅਜ ਸਮਾਉਣ ਲਗੇ,
ਖਬਰਾਂ ਮਿਲੀਆ ਭੰਡ ਤੇ ਨਕਲੀਆਂ ਨੂੰ
ਰਜ ਰਜ ਕੇ ਭੰਗੜੇ ਪਾਉਣ ਲਗੇ,
ਕਰਮਾਂ ਵਾਲੀ ਜੋ ਬਣੇਗੀ ਨੂੰਹ ਸਾਡੀ
ਮਾਤਾ ਖੁਸ਼ੀ ਦੇ ਨਾਲ ਸੁਣਾਉਣ ਲਗੇ,
ਲਿਖੇ ਧੁਰੋ ਸੰਜੋਗ ਪ੍ਰਮਾਤਮਾਂ ਨੇ
ਪੂਰਨੇ ਪ੍ਰਭੂ ਦੇ ਕਹੇ ਤੇ ਪਾਉਣ ਲਗੇ,
ਚਾਅ ਚੜ੍ਹਿਆ ਦੇਵੀ ਤੇ ਦੇਤਿਆ ਨੂੰ
ਫੁਲ ਅੰਬਰਾਂ ਵਿਚੋ ਵਰਸਾਉਣ ਲਗੇ,
ਸਰਵਣ ਸਿੰਘਾ ਕੀ ਰਾਮ ਨੇ ਰਚੀ ਲੀਲਾ
ਤੇੜੀ ਜਸ ਵਿਆਹ ਵਿਚ ਆਉਣ ਲਗੇ ।

ਜਦ ਸੁਨੇਹੇ ਪੁਜੇ ਸੰਗਤਾਂ ਤੇ ਸਾਕਾ ਨੂੰ ਚਾਅ ਚੜ੍ਹ ਗਿਆ ਮਾਮੇ ਕਿਰਪਾਲ ਚੰਦ ਦਾ ਸਾਰਾ ਪ੍ਰਵਾਰ ਭੂਆ ਵੀਰੋ ਦੇ ਪੰਜੇ ਪੁਤਰ ਤੇ ਪ੍ਰਵਾਰ ਸਾਧੂ ਮਹਾਤਮਾਂ ਕਵੀ (ਕਵੀਸ਼ਰ) ਗਿਆਨੀ ਲੋਕ, ਗਲ ਕੀ ਜੋ ਗਰੀਬ ਜੋ ਅਮੀਰ ਜਿਨੇ ਵੀ ਸੁਣਿਆ ਵਹੀਰਾਂ ਘਤ ਕੇ ਪਹੁੰਚਣ ਲਈ ਤਿਆਰ ਹੋਣ ਲਗੇ ਉਧਰ ਰਿਵਾਜ ਅਨੁਸਾਰ ਰਾਮ ਸ਼ਰਨ ਜੀ ਦੇ ਵੀ ਸਾਕ ਸਬੰਧੀ ਸ਼ਰੀਕਾ ਬਰਾਦਰੀ ਮਿਲ ਬੈਠੇ ਸਨ ਇਕ ਕਾਗਜ ਦੀ ਹਿਕ ਤੇ ਕਲਮ ਨਾਲ ਸਾਹੇ ਚਿਠੀ ਲਿਖਣੀ ਅਰੰਭ ਕੀਤੀ ਲਿਖਣ ਤੋ ਬਾਅਦ ਰਾਮ ਸ਼ਰਨ ਨੇ ਅਖਾ ਮੁੰਦਕੇ ਗਲ ਪੱਲਾ ਪਾਕੇ ਇਕ ਅਰਦਾਸ ਕਲਗੀਧਰ ਪਾਤਸ਼ਾਹ ਜੀ ਦੇ ਚਰਨਾਂ ਵਿਚ ਇਉ ਕੀਤੀ।

ਪੌੜੀ ਛੰਦ

ਰਾਮ ਸ਼ਰਨ ਹੈ ਲਿਖਦਾ ਸਤਗੁਰ ਨੂੰ ਚਿਠੀ
ਚਿਠੀ ਦੇ ਵਿਚ ਲਿਖਦਾ ਹੈ ਬੋਲੀ ਮਿਠੀ,
ਦੂਰੋ ਦੂਰੋ ਪਾਤਸ਼ਾਹ ਘਰ ਆਏ ਪ੍ਰਾਹੁਣੇ
ਚਰਨ ਮੁਬਾਰਕ ਦਾਤਿਆ ਸਾਡੇ ਘਰ ਪਾਉਣੇ।

ਤੇਰਾ ਸਾਡਾ ਮੇਲ ਨਾ ਅਸੀ ਹਾਂ ਨਿਮਾਣੇ
ਤੁਹਾਡਾ ਪਾਣੀ ਭਰਦੇ ਜੋ ਰਾਜੇ ਰਾਣੇ,
ਸਾਧੂ ਸੰਤ ਮਹਾਤਮਾ ਤੁਸੀ ਨਾਲ ਲਿਆਉਣੇ
ਚਰਨ ਮੁਬਾਰਕ ਦਾਤਿਆ ਸਾਡੇ ਘਰ ਪਾਉਣੇ।

ਹੱਥ ਬੰਨ੍ਹ ਕੇ ਦਾਤਿਆ ਕਰਦੇ ਅਰਜੋਈਆ
ਦਿਲ ਨਾ ਕਦੇ ਚਿਤਾਰਿਉ ਜੇ ਭੁਲਾਂ ਹੋਈਆਂ,
ਆਸਾ ਰਖੀਆ ਵਡੀਆ ਕਦੇ ਦਿਲ ਨਾ ਢਾਹੁਣੇ
ਚਰਨ ਮੁਬਾਰਕ ਦਾਤਿਆ ਸਾਡੇ ਘਰ ਪਾਉਣੇ।

ਆਉਣਾ ਸਾਡੇ ਪਾਤਸ਼ਾਹ ਖਿੜਿਆ ਹੈ ਖੇੜਾ
ਨਾਲ ਖੁਸ਼ੀ ਦੇ ਝੂਮਦਾ ਅਜ ਸਾਡਾ ਵਿਹੜਾ,
ਫੁਲੇ ਨਾ ਸਮਾਵਦੇ ਹੋਏ ਦੂਣੇ ਚਉਣੇ
ਚਰਨ ਮੁਬਾਰਕ ਦਾਤਿਆ ਸਾਡੇ ਘਰ ਪਾਉਣੇ।

ਸਾਡੇ ਦਿਲ ਦਾ ਟੁਕੜਾ ਹੈ ਬੇਟੀ ਸੁੰਦਰੀ
ਕੋਮਲ ਕੂਲੇ ਹੱਥਾ ਚ ਜਿਉ ਚਮਕੇ ਮੁੰਦਰੀ,
ਸੁਚੇ ਹੀਰੇ ਤੁਸੀ ਹੋ ਹਰ ਮਨ ਨੂੰ ਭਾਉਣੇ
ਚਰਨ ਮੁਬਾਰਕ ਦਾਤਿਆ ਸਾਡੇ ਘਰ ਪਾਉਣੇ।

ਤੇਰੀਆਂ ਤੂਹੀ ਜਾਣਦਾ ਜੋ ਗੁੱਝੀਆਂ ਰਮਜ਼ਾਂ
ਦਰਸ਼ਨ ਪਾਕੇ ਦਾਤਿਆ ਭਾਗ ਚੰਗੇ ਸਮਝਾਂ,
ਆਖੇ ਸਚੇ ਪਾਤਸ਼ਾਹ ਨੇ ਢੋਅ ਢੁਕਾਉਣੇ

ਚਰਨ ਮੁਬਾਰਕ ਦਾਤਿਆ ਸਾਡੇ ਘਰ
ਪਾਉਣੇ।
ਸਰਵਣ ਕਰਦਾ ਬੇਨਤੀ ਗਲ ਪੱਲਾ ਪਾਕੇ
ਤਾਰੋ ਸਚੇ ਪਾਤਸ਼ਾਹ ਸਾਨੂੰ ਚਰਨੀ ਲਾਕੇ,
ਤੇੜੀ ਵਾਲੇ ਜਥੇ ਨੇ ਜਸ ਤੇਰੇ ਗਾਉਣੇ
ਚਰਨ ਮੁਬਾਰਕ ਦਾਤਿਆ ਸਾਡੇ ਘਰ ਪਾਉਣੇ।

ਜਦ ਚਿਠੀ ਲੈਕੇ ਹਲਕਾਰਾ ਅਨੰਦਪੁਰ ਸਾਹਿਬ ਪਹੁੰਚਾ ਤਾਂ ਗੁਰ ਪਰਵਾਰ ਨੇ ਸਾਹੇ ਚਿਠੀ ਨੂੰ ਖੋਲਿਆ ਪੜ੍ਹਿਆ ਵਾਚਿਆ ਤਾਂ ਵਿਆਹ ਦੀ ਤਿਆਰੀ ਹੋਣ ਲਗੀ ਆਖਰ ਮਿਥੇ ਸਾਹੇ ਅਨੁਸਾਰ ਸਭ ਸਾਕ ਸਬੰਧੀ ਸਾਧੂ ਸੰਤ ਮਹਾਤਮਾ ਤੇ ਸੰਗਤਾਂ ਇਸ ਅਨੋਖੇ ਵਿਆਹ ਨੂੰ ਵੇਖਣ ਉਮੜ ਆਈਆਂ। ਜਿਵੇ ਫਿਰ ਜੰਝ ਦੀ ਤਿਆਰੀ ਹੋਣ ਲਗੀ ਕਿਵੇ ਦਸ਼ਮੇਸ਼ ਪਿਤਾ ਜੀ ਸ਼ਾਹ ਅਸਵਾਰ ਹੋਕੇ ਸੰਗਤਾਂ ਸਮੇਤ ਹਰੀ ਜਸ ਕਰਦੇ ਅਨੰਦਪੁਰ ਸਾਹਿਬ ਤੋ ਰੁਖਸਤ ਹੋਏ ਇਉ ਬਿਆਨ ਹੈ।

ਕਸੂਰੀ ਛੰਦ

ਜਦ ਚਲ ਪਈ ਬਰਾਤ ਸ਼ਹਿਰ ਅਨੰਦਪੁਰ ਤੇ
ਸਾਰਾ ਸ਼ਹਿਰ ਖੁਸ਼ ਹੋਇਆ ਜੀ ਦਸਮ ਗੁਰ ਤੋ ,

ਸਚੇ ਭਗਤਾਂ ਨੇ ਪੈਂਡੇ ਅਜ ਆਣ ਮੱਲੇ ਨੇ

ਦੇਖੋ ਸੁੰਦਰੀ ਨੂੰ ਦਾਤੇ ਅੱਜ ਵਿਆਉਣ ਚੱਲੇ ਨੇ।

ਖਿੜੀ ਖੁਸ਼ੀ ਦੀ ਬਹਾਰ ਤੇ ਗਮਾਂ ਨੇ ਰੁਕਣਾ

ਜਦੋ ਬਾਜਾਂ ਵਾਲੇ ਮਾਹੀ ਉਥੇ ਜਾਕੇ ਢੁਕਣਾ,

ਫਿਰ ਚਾਂਈ ਚਾਂਈ ਘੁਟਕੇ ਫੜਾਉਣੇ ਪੱਲੇ ਨੇ

ਦੇਖੋ ਸੁੰਦਰੀ ਨੂੰ ਦਾਤੇ ਅੱਜ ਵਿਆਉਣ ਚੱਲੇ ਨੇ।

ਕਰ ਰਸਮਾਂ ਤੇ ਚਾਲੇ ਗੁਰਾਂ ਜਦ ਪਾਏ ਸੀ

ਲਖਾਂ ਲੋਕ ਉਦੋ ਸ਼ਾਦੀ ਨੂੰ ਤੱਕਣ ਆਏ ਸੀ,

ਸਾਧੂ ਸੰਤ ਤੇ ਮਹਾਤਮਾਂ ਵੀ ਨਾਲ ਰੱਲੇ ਨੇ

ਦੇਖੋ ਸੁੰਦਰੀ ਨੂੰ ਦਾਤੇ ਅੱਜ ਵਿਆਉਣ ਚੱਲੇ ਨੇ।

ਮਾਤਾ ਗੁਜਰੀ ਤੇ ਨਾਨਕੀ ਵੀ ਗਾਉਣ ਘੋੜੀਆਂ

ਅਜ ਰੱਬ ਵੀ ਸਬੱਬ ਨਾ ਬਣਾਊ ਜੋੜੀਆਂ,

ਸਾਰੇ ਕਰਦੇ ਸਲਾਹੁਤ ਹਰ ਇਕ ਗੱਲੇ ਨੇ

ਦੇਖੋ ਸੁੰਦਰੀ ਨੂੰ ਦਾਤੇ ਅੱਜ ਵਿਆਉਣ ਚੱਲੇ ਨੇ।

ਬਾਣੀ ਪੜ੍ਹਦੇ ਤੇ ਪੈਂਡਾ ਨਾਲੇ ਨੱਪੀ ਜਾਂਦੇ ਨੇ
ਮੁਖੋ ਵਾਹਿਗੁਰੂ ਵਾਹਿਗੁਰੂ ਜੱਪੀ ਜਾਦੇ ਨੇ,
ਪੂਰੇ ਪਾਤਸ਼ਾਹ ਨੇ ਨਾਲ ਨਾਹੀ ਤੁਰੇ ਕੱਲੇ ਨੇ
ਦੇਖੋ ਸੁੰਦਰੀ ਨੂੰ ਦਾਤੇ ਅੱਜ ਵਿਆਉਣ ਚੱਲੇ ਨੇ।

ਪੂਰੇ ਚਾਵਾਂ ਤੇ ਮਲਾਂਵਾਂ ਨਾਲ ਪਿੰਡ ਪੁਜਗੇ
ਅਗੋ ਸਾਕ ਸਾਰੇ ਸੇਵਾ ਤਾਈਂ ਹੱਸ ਰੁਜਗੇ,
ਨੈਣ ਖੁਸ਼ੀ ਚ ਸਮਾਉਦੇ ਨਾਹੀ ਹੋਏ ਝੱਲੇ ਨੇ
ਦੇਖੋ ਸੁੰਦਰੀ ਨੂੰ ਦਾਤੇ ਅੱਜ ਵਿਆਉਣ ਚੱਲੇ ਨੇ।

ਬਾਣੀ ਪੜ੍ਹਕੇ ਅਨੰਦ ਵਿਚ ਲਾਵਾਂ ਪੜੀਆਂ
ਭਾਗਾ ਵਾਲਿਆਂ ਨੂੰ ਰੱਬ ਹੀ ਦਿਖਾਵੇ ਘੜੀਆ,
ਤੇੜੀ ਸਰਵਣ ਤੇ ਜਸ ਵੇਖੋ ਆਣ ਰੱਲੇ ਨੇ
ਦੇਖੋ ਸੁੰਦਰੀ ਨੂੰ ਦਾਤੇ ਅੱਜ ਵਿਆਉਣ ਚੱਲੇ ਨੇ।

ਜਦ ਢੁਕਾਅ ਹੋਇਆ ਤਾਂ ਸਾਰੇ ਪਿੰਡ ਤੇ ਆਏ ਸਾਕਾ ਨੇ ਰੱਜ ਕੇ ਸੇਵਾ ਕੀਤੀ ਪ੍ਰਸ਼ਾਦ ਪਾਣੀ ਛਕਾਇਆ ਉਧਰ ਖੁਲੇ ਪੰਡਾਲ ਚ ਰਾਗੀ ਸਿੰਘਾਂ ਨੇ ਨਿਰੋਲ ਕੀਰਤਨ ਦੀ ਛਹਿਬਰ ਲਾਈ ਹੋਈ ਸੀ ਆਸਾ ਦੀ ਵਾਰ ਦੇ ਭੋਗ ਉਪਰੰਤ ਲਾਵਾਂ ਦਾ ਪਾਠ ਕਰਕੇ ਅਨੰਦ ਸਾਹਿਬ ਪੜ੍ਹਕੇ ਅਰਦਾਸਾਂ ਸੋਧਿਆ ਗਿਆ ਤੇ ਅੰਨਦ

ਕਾਰਜ 4 ਅਪ੍ਰੈਲ 1684 ਸੰਨ ਨੂੰ ਸਪੰਨ ਹੋਇਆ ਫਿਰ ਸਮੇ ਅਨੁਸਾਰ ਪੌਟਾ ਸਹਿਬ ਦੀ ਜੰਗ ਜਿੱਤਣ ਵਾਲੇ ਦਿਨ 1687 ਨੂੰ ਸਹਿਬਜਾਦੇ ਅਜੀਤ ਸਿੰਘ ਜੀ ਦਾ ਜਨਮ ਹੋਇਆ ਪਿੰਡ ਬਜਵਾੜੇ ਪਿੰਡ ਨੂੰ ਬਹੁਤ ਹੀ ਮਾਣ ਪ੍ਰਾਪਤ ਹੈ ਕਿਉਂਕਿ ਜੱਸਾ ਸਿੰਘ ਰਾਮਗੜ੍ਹੀਆ ਦੇ ਪੜਦਾਦਾ ਸ ਹਰਦਾਸ ਸਿੰਘ ਜੋ ਇਸ ਪਿੰਡ ਦੇ ਸਨ ਇਨ੍ਹਾਂ ਨੇ ਹੀ ਬਾਬਾ ਦੀਪ ਸਿੰਘ ਜੀ ਦਾ ਖੰਡਾ ਜੋ ਅਠਾਰਾਂ ਸੇਰ ਦਾ ਹੈ ਤਿਆਰ ਕੀਤਾ ਸੀ ਅਤੇ ਭਾਈ ਬਚਿੱਤਰ ਸਿੰਘ ਨੇ ਜਿਹੜੀ ਨਾਗਣੀ ਨਾਲ ਸੱਤ ਤਵੇ ਫੌਲਾਦ ਦੇ ਕੱਟੇ ਸਨ ਤੇ ਹਾਥੀ ਦਾ ਮੁਕਾਬਲਾ ਕੀਤਾ ਸੀ ਉਹ ਨਾਗਣੀ ਵੀ ਇਨ੍ਹਾਂ ਤਿਆਰ ਕੀਤੀ ਸੀ ਆਖਰ ਭਾਈ ਹਰਦਾਸ ਸਿੰਘ ਵੀ ਮੁਗਲਾਂ ਨਾਲ ਇਕ ਜੰਗ ਚ ਸ਼ਹੀਦੀ ਪਾ ਗਏ ਸਨ

ਅਰਜੋਈ

ਕਲਗੀਧਰ ਪ੍ਰੀਤਮ ਜੀ ਤੇਰੇ ਦਰ ਤੇ ਅਰਜ ਗੁਜਾਰਾਂ
ਅਸੀ ਰਾਹੋ ਭੁਲੇ ਆ ਦਾਤਾ ਨਾ ਵਿਖਾਓ ਹਾਰਾਂ,
ਤੁਸੀ ਬਖਸ਼ਣ ਹਾਰੇ ਹੋ ਦਾਤਾ ਘਰ ਮਿਹਰਾਂ ਦੇ ਆਵੋ
ਦਰ ਖੜੇ ਸਵਾਲੀ ਨੇ ਝੋਲੀ ਖੈਰ ਮਿਹਰ ਦੀ ਪਾਵੋ।

ਜੋ ਚਲਕੇ ਆਉਦਾ ਏ ਉਸਦੀ ਪੂਰੀ ਕਰਦੇ ਆਸਾ
ਉਚੇ ਦਰ ਤੇਰੇ ਤੋ ਕੋਈ ਮੁੜਦਾ ਨਹੀ ਨਿਰਾਸ਼ਾ,
ਦਿਲ ਗਮੀਆ ਛਾਈਆਂ ਨੇ ਸਾਡੇ ਮਨ ਨੂੰ ਧੀਰ ਧਰਾਵੋ
ਦਰ ਖੜੇ ਸਵਾਲੀ ਨੇ ਝੋਲੀ ਖੈਰ ਮਿਹਰ ਦੀ ਪਾਵੋ।

ਹਰ ਦਿਲ ਦੇ ਜਾਣੂ ਜੇ ਤੁਹਾਥੋ ਕੀ ਲੁਕਾਉਣ ਬੰਦੇ
ਗਲ ਫਾਹੀਆਂ ਘੁਟੇ ਨੇ ਸਾਡੇ ਤੋੜ ਦਾਤਿਆ ਫੰਦੇ,
ਦਰਗਾਹੀ ਦਾਤੇ ਹੋ ਹੁੰਦਾ ਜੋ ਤੁਸੀ ਹੀ ਚਾਹਵੋ
ਦਰ ਖੜੇ ਸਵਾਲੀ ਨੇ ਝੋਲੀ ਖੈਰ ਮਿਹਰ ਦੀ ਪਾਵੋ।

ਪੁਤਰਾਂ ਦੇ ਦਾਤੇ ਹੋ ਤੁਹਾਨੂੰ ਮੰਨਦੀ ਰਾਣੀ ਮੈਣੀ
ਤੁਸੀ ਗੋਦੀ ਜਾ ਬੈਠੇ ਦਾਤਾ ਮੰਨ ਉਸਦੀ ਕਹਿਣੀ,
ਉਹ ਤਰਲੇ ਕਰਦੀ ਸੀ ਛਡਕੇ ਨਾ ਪਟਨੇ ਨੂੰ ਜਾਵੋ

ਦਰ ਖੜ੍ਹੇ ਸਵਾਲੀ ਨੇ ਝੋਲੀ ਖੈਰ ਮਿਹਰ ਦੀ ਪਾਵੋ।

ਤਿੰਨਾਂ ਹੀ ਥਾਂਵਾਂ ਤੇ ਤੁਹਾਡਾ ਚਲਦੈ ਹੁਕਮ ਅਪਾਰਾ
ਡੁਬਦੇ ਨੂੰ ਤਾਰ ਦਿਉ ਤਕਿਆ ਤੇਰਾ ਇਕ ਸਹਾਰਾ,
ਅਸੀ ਕਰਮ ਵਿਹੂਣੇ ਆ ਦਾਤਾ ਸੁਤੇ ਕਰਮ ਜਗਾਵੋ
ਦਰ ਖੜ੍ਹੇ ਸਵਾਲੀ ਨੇ ਝੋਲੀ ਖੈਰ ਮਿਹਰ ਦੀ ਪਾਵੋ।

ਸਾਡੀ ਕਿਸਮਤ ਜਾਗ ਪਵੇ ਪੈਜੇ ਤੇਰੇ ਨਾਲ ਪ੍ਰੀਤੀ
ਪੰਜ ਡਾਕੂ ਭਾਰੇ ਨੇ ਆਪਾ ਨਹੀ ਭਲਾਈ ਕੀਤੀ,
ਘੇਰਿਆ ਪੰਜ ਚੋਰਾਂ ਨੇ ਕਿਰਪਾ ਕਰਕੇ ਏ ਭਜਾਵੋ
ਦਰ ਖੜ੍ਹੇ ਸਵਾਲੀ ਨੇ ਝੋਲੀ ਖੈਰ ਮਿਹਰ ਦੀ ਪਾਵੋ।

ਇਹ ਜਨਮ ਅਨਮੋਲ ਬੜਾ ਇਸ ਨੂੰ ਐਵੇ ਨਾ ਗਵਾਈਏ
ਹੈ ਅਮਾਨਤ ਸਤਿਗੁਰ ਦੀ ਆਪਾ ਸਿਰ ਨੂੰ ਭੇਟ ਚੜ੍ਹਾਈਏ,
ਤੇੜੀ ਸਰਵਣ ਕਹਿੰਦਾ ਏ ਸਚੇ ਸਤਿਗੁਰ ਦਾ ਜਸ ਗਾਵੋ
ਦਰ ਖੜ੍ਹੇ ਸਵਾਲੀ ਨੇ ਝੋਲੀ ਖੈਰ ਮਿਹਰ ਦੀ ਪਾਵੋ।

ਗੁਰੂ ਹਰਿਕ੍ਰਿਸ਼ਨ ਸਾਹਿਬ ਦੇ ਪਰਉਪਕਾਰ

ਛੋਟਾ ਬੈਤ

ਗੁਰੂ ਹਰਿ ਰਾਏ ਦੇ ਘਰ ਨੂੰ ਭਾਗ ਲਾਏ
ਕ੍ਰਿਸ਼ਨ ਕੌਰ ਦੇ ਅਖ ਦਿਆ ਤਾਰਿਆਂ ਵੇ,
ਕੀਰਤਪੁਰ ਦੇ ਭਾਗ ਜਗਾਉਣ ਆਇਉ
ਤਾਰ ਸਾਨੂੰ ਵੀ ਬਾਲਾ ਪ੍ਰੀਤਮ ਪਿਆਰਿਆਂ ਵੇ।

ਤੇਰੇ ਚਰਨਾਂ ਤੇ ਝੁਕਦੀਆ ਬਾਦਸ਼ਾਹੀਆ
ਚਲ ਆਇਆ ਹੰਕਾਰੀ ਡਿਠਾ ਹਾਰਿਆ ਵੇ.
ਉਸ ਧਰਤੀ ਤੇ ਖੇੜਾ ਫੁਲ ਮਹਿਕ ਉਠੇ
ਜਿਥੇ ਬਾਲਾ ਜੀ ਚਰਨਾਂ ਨੂੰ ਡਾਰਿਆ ਵੇ।

ਦਾਤੇ ਵਿਚ ਪੰਜੋਖਰੇ ਨਿਵਾਸ ਕਰਿਆ
ਕੀਤਾ ਕੋਹੜੀ ਤੇ ਵਡਾ ਉਪਕਾਰਿਆ ਵੇ,
ਜਦ ਤਕਿਆ ਪੰਡਤ ਹੈਰਾਨ ਹੋਇਆ
ਆਇਆ ਹਉਮੇ ਦਾ ਗੁਰੂ ਵਲ ਮਾਰਿਆ ਵੇ।

ਸਾਡਾ ਇਕ ਮੁਰਾਰੀ ਜਿਹਨੂੰ ਕ੍ਰਿਸ਼ਨ ਕਹਿੰਦੇ
ਜਨਮ ਕਦ ਦਾ ਹਰਿ ਕ੍ਰਿਸ਼ਨ ਧਾਰਿਆ ਵੇ,

ਤੈਨੂੰ ਪੂਜਦੇ ਚਰਨਾਂ ਤੇ ਕਰਨ ਸਿਜਦੇ
ਮਥੇ ਟੇਕਦੇ ਕਾਹਤੋ ਸੰ ਸਾਰਿਆ ਵੇ।

ਛੱਜੂ ਸਿਖ ਤੇ ਰਹਿਮਤ ਦੀ ਕਰੀ ਕਿਰਪਾ
ਪੰਡਤ ਹਾਰਕੇ ਰਬ ਸਤਿਕਾਰਿਆ ਵੇ,
ਦਿਲੀ ਵਲ ਨੂੰ ਦਾਤੇ ਫਿਰ ਕੂਚ ਕੀਤਾ
ਜੈ ਸਿੰਘ ਨੂੰ ਭਾਗ ਲਾਕੇ ਤਾਰਿਆ ਵੇ।

ਕੀਤੇ ਦਰਸ਼ ਤੇ ਸੰਗਤ ਨਿਹਾਲ ਹੋਈ
ਔਰੰਗੇ ਦਰਸ਼ ਲਈ ਤਰਲਾ ਮਾਰਿਆ ਵੇ,
ਬਿਨਾ ਭਾਗਾਂ ਨਾ ਮਲੇਛ ਨੂੰ ਦਰਸ਼ ਹੁੰਦੇ
ਬੰਦਾ ਕੋਸਦਾ ਕਰਮਾਂ ਨੂੰ ਮਾਰਿਆ ਵੇ।
ਟੁਟਾ ਦੁਖਾਂ ਦਾ ਪਹਾੜ ਜਦ ਆਣ ਦਿਲੀ
ਰੋਦਾ ਹਰ ਬੰਦਾ ਜਾਰੋ ਜਾਰਿਆ ਵੇ,
ਗੁਰਾਂ ਝਲ ਕੇ ਦੁਖ ਸਾਰੇ ਦਿਲੀ ਵਾਲੇ
ਚਾਲਾ ਬੈਕੁਠ ਧਾਮ ਨੂੰ ਮਾਰਿਆ ਵੇ।

ਕੀਤੇ ਗੁਣ ਤੇ ਅਜ ਦੁਨੀਆ ਯਾਦ ਕਰਦੀ
ਦੁਖੀ ਜਗ ਦਾ ਕਸ਼ਟ ਨਿਵਾਰਿਆ ਵੇ,

ਸਾਨੂੰ ਪਾਰ ਲਾਵੀ ਸਰਵਣ ਆਖਦਾ ਏ

ਬਾਲਾ ਪ੍ਰੀਤਮ ਤੂੰ ਤਾਰਨ ਹਾਰਿਆ ਵੇ।।

ਪ੍ਰਸੰਗ ਬਾਬਾ ਕਿਸ਼ਨ ਕੁਅਰ ਸਾਹਿਬ ਜੀ

ਬਾਬਾ ਬੁੱਢਾ ਸਾਹਿਬ ਜੀ ਦੀ ਅੰਸ ਵਿਚੋ ਬਾਬਾ ਰਾਮ ਕੁੰਅਰ ਜੋ ਦਸ਼ਮੇਸ਼ ਪਿਤਾ ਜੀ ਤੋ ਅੰਮ੍ਰਿਤ ਦੀ ਦਾਤ ਲੈਕੇ ਬਾ ਗੁਰਬਖਸ਼ ਸਿੰਘ ਜੀ ਬਣੇ ਓਨਾ ਦੇ ਘਰ ਮਾਤਾ ਸਰਜਨਾਂ ਦੀ ਕੁਖੋ ਇਕ ਬਾਲਕ ਨੇ ਜਨਮ ਲਿਆ ਜਿਸ ਦਾ ਨਾਂ ਬਾ ਕਿਸ਼ਨ ਕੁਅਰ ਸਾਹਿਬ ਜੀ ਰਖਿਆ ਗਿਆ ਬਾਬਾ ਜੀ ਇਕ ਮਹਾਨ

ਰੂਹ ਨਾਮ ਰਸੀਏ ਤੇ ਸਨ ਜਦ ਬਚਪਨ ਵਿਚ ਉਮਰ ਆਈ ਆਪ ਬਹੁਤ ਹੀ ਰੱਬ ਦੇ ਭੈਅ ਵਾਲੇ ਤੇ ਬੜੇ ਪਿਆਰ ਵਾਲੇ ਸਨ ਆਪ ਜੀ ਏਨੀ ਮਿਹਰ ਸੀ ਪਾਤਸ਼ਾਹ ਜੀ ਦੀ ਕੇ ਸਹਿਜ ਸੁਭਾਅ ਜੋ ਵੀ ਬਚਨ ਮੁਖੋ ਕਹਿੰਦੇ ਉਹ ਪੂਰਾ ਹੋ ਜਾਦਾ ਸੀ ਇਕ ਵਾਰ ਕੁਝ ਵਪਾਰੀ ਲੋਕ ਆਪਣੇ ਵਪਾਰ ਖਾਤਰ ਰਾਮਦਾਸ ਲਾਗੋ ਦੀ ਲੰਘ ਰਹੇ ਸਨ ਤਾਂ ਬਚਿਆ ਨਾਲ ਖੇਡ ਰਹੇ ਬਾਬਾ ਕਿਸ਼ਨ ਕੁਅਰ ਨੇ ਪੁਛਿਆ ਕਿ ਇਨ੍ਹਾਂ ਗੱਠਾ ਵਿਚ ਕੀ ਹੈ ਅਗੋ ਵਪਾਰੀਆਂ ਨੇ ਕਿਵੇ ਝੂਠ ਬੋਲਿਆ ਇਉ ਬਿਆਨ ਹੈ

ਕੋਰੜਾ

ਬਚਿਆ ਨੂੰ ਲੈ ਕੇ ਬਾਬਾ ਜੀਉ ਖੇਡਦੇ
ਪਿਆਰ ਦੇ ਤਰਾਨੇ ਹਾਣੀ ਇਉ ਛੇੜਦੇ,
ਵਾਰੀ ਸਿਰ ਆਉਦੀ ਜਾਵੇ ਜਿਵੇ ਚਾਲ ਜੀ
ਖੇਡ ਰਹੇ ਕਿਸ਼ਨ ਜੀਉ ਬਾਲਾ ਨਾਲ ਜੀ।

ਖਿਦੋ ਖੂੰਡੀ ਓਦੋ ਬੜੀ ਮਸ਼ਹੂਰ ਸੀ

ਮਾਰਦੇ ਸੀ ਖੂੰਡੀ ਜਾਦੀ ਬਾਲ ਦੂਰ ਸੀ,
ਰੋਕਣ ਲਈ ਬੰਨ ਲੈਦੇ ਸਾਥੀ ਪਾਲ ਜੀ
ਖੇਡ ਰਹੇ ਕਿਸ਼ਨ ਜੀਉ ਬਾਲਾ ਨਾਲ ਜੀ।

ਬਚਿਆ ਨੂੰ ਖੇਡ ਲਗਦੀ ਪਿਆਰੀ ਏ
ਖੇਡੀ ਜਾਣ ਭਾਵੇ ਸਾਰੀ ਹੀ ਦਿਹਾੜੀ ਏ,
ਭੁਲ ਜਾਦੀ ਖਾਣੀ ਰੋਟੀ ਅਤੇ ਦਾਲ ਜੀ
ਖੇਡ ਰਹੇ ਕਿਸ਼ਨ ਜੀਉ ਬਾਲਾ ਨਾਲ ਜੀ।

ਸੁਬਾ ਵੇਲੇ ਜਾਦੇ ਆਉਦੇ ਦੇਰ ਸ਼ਾਮ ਨੂੰ
ਭੁਲਦੇ ਨਾ ਕਦੇ ਦਿਲੋ ਸਤਿਨਾਮ ਨੂੰ,
ਖੇਡਦੇ ਨੇ ਭਾਵੇ ਛਡਦੇ ਨਾ ਤਾਲ ਜੀ
ਖੇਡ ਰਹੇ ਕਿਸ਼ਨ ਜੀਉ ਬਾਲਾ ਨਾਲ ਜੀ।

ਧੁਰ ਦਰਗਾਹੋ ਲੈ ਕੇ ਦਾਤ ਆਏ ਸੀ
ਹੋ ਜਾਦੇ ਪੂਰੇ ਬਚਨ ਫੁਰਮਾਏ ਸੀ,
ਚਲਦੇ ਪਿਆਰੇ ਆਪਣੀ ਹੀ ਚਾਲ ਜੀ
ਖੇਡ ਰਹੇ ਕਿਸ਼ਨ ਜੀਉ ਬਾਲਾ ਨਾਲ ਜੀ।

ਚਲਕੇ ਵਪਾਰੀ ਇਕ ਦਿਨ ਆ ਗਏ
ਸਮਝ ਕੇ ਬੱਚਾ ਸੀ ਭੁਲੇਖਾ ਪਾ ਗਏ,
ਮਨਮੁੱਖ ਜਾਣੇ ਕੀ ਸਾਧੂ ਦੀ ਘਾਲ ਜੀ
ਖੇਡ ਰਹੇ ਕਿਸ਼ਨ ਜੀਉ ਬਾਲਾ ਨਾਲ ਜੀ।

ਪੁਛਿਆ ਜਾ ਬਾਬੇ ਕਹਿੰਦੇ ਖੇਹ ਭੱਸ ਹੈ
ਸੁਣਕੇ ਤੇ ਡੂਠ ਬਾਬੇ ਪਏ ਹੱਸ ਹੈ,
ਆਪੇ ਕੂੜਾ ਕਰ ਲਿਆ ਸਾਰਾ ਮਾਲ ਜੀ
ਖੇਡ ਰਹੇ ਕਿਸ਼ਨ ਜੀਉ ਬਾਲਾ ਨਾਲ ਜੀ।

ਪੁੱਜਗੇ ਵਪਾਰੀ ਵਿਚ ਜਾ ਬਜਾਰ ਦੇ
ਖੋਲਕੇ ਤੇ ਗੰਡਾਂ ਜਦ ਝਾਤੀ ਮਾਰਦੇ,
ਸਰਵਣ ਸਿੰਘਾ ਰੋਦੇ ਵੇਖਕੇ ਓ ਹਾਲ ਜੀ
ਖੇਡ ਰਹੇ ਕਿਸ਼ਨ ਜੀਉ ਬਾਲਾ ਨਾਲ ਜੀ॥

ਜਦ ਵਪਾਰੀਆਂ ਨੂੰ ਪੁਛਿਆ ਸੀ ਬਾਬਾ ਜੀ ਨੇ ਤਾਂ ਬੱਚਾ ਸਮਝ ਕੇ ਵਪਾਰੀਆਂ ਨੇ ਜੋ ਗੰਡਾਂ ਆਪਣੇ ਮੋਡਿਆ ਤੋ ਪਿਛੇ ਲਮਕਾਈਆ ਸੀ ਉਨ੍ਹਾਂ ਵਿਚ ਪਏ ਮਾਲ ਨੂੰ ਕਿਹਾ ਕਿ ਇਨ੍ਹਾਂ ਵਿਚ ਖੇਹ ਭੱਸ ਹੈ ਜਦ ਬਜਾਰ ਵਿੱਚ ਪਹੁੰਚੇ ਮੰਡੀ ਵਿਚ ਆਪਣੇ ਮਾਲ ਦੀ ਨੁਮਾਇਸ਼ ਲਾਉਣ ਲਈ ਗੰਡਾਂ ਖੋਲੀਆਂ ਤਾਂ ਕੀ

ਦੇਖਿਆ ਕਿ ਜਿਹੜੇ ਛੁਹਾਰੇ ਗਿਰੀਆ ਸੌਗੀ ਆਦਿ ਮਾਲ ਸੀ ਓਹ ਖੇਹ ਭੱਸ ਬਣਿਆ ਹੋਇਆ ਸੀ ਮਥੇ ਤੇ ਹੱਥ ਮਾਰਕੇ ਵਪਾਰੀ ਰੋਣ ਲਗੇ ਏਨਾ ਮਹਿੰਗਾ ਸਮਾਨ ਸਵਾਹ ਹੋ ਗਿਆ ਹੁਣ ਅਸੀ ਕੀ ਕਰੀਏ ਕਿਵੇ ਪਛਤਾਵਾ ਕਰ ਰਹੇ ਸੀ ਇਉ ਬਿਆਨ ਹੈ

ਬੈਤ

ਰਖ ਗੰਡਾਂ ਸਮਾਨ ਦੀਆਂ ਖੋਲ ਡਿਠਾ
ਸਾਰਾ ਹੋ ਗਿਆ ਮਾਲ ਸੁਵਾਹ ਸਾਡਾ

ਅਸੀ ਕਿਵੇ ਹਰਜਾਨਾ ਏ ਤਾਰਨਾ ਏ
ਬੜਾ ਸਖਤ ਹੈ ਜਿਹੜਾ ਗਵਾਹ ਸਾਡਾ

ਰੱਖ ਤੁਰੇ ਉਮੀਦ ਸਾਂ ਬਹੁਤ ਭਾਰੀ
ਚੰਗਾ ਲੱਗੇਗਾ ਮਾਲ ਦਾ ਭਾਅ ਸਾਡਾ

ਕੀਤਾ ਪੈ ਗਿਆ ਹਾਸਾ ਮਖੌਲ ਮਹਿੰਗਾ
ਲਭੋ ਕੌਣ ਜੋ ਮਾਲ ਗਿਆ ਖਾ ਸਾਡਾ

ਵਿਚ ਗਮਾਂ ਦੇ ਡੁਬੇ ਵਪਾਰੀ ਵਡੇ
ਝੋਰਾ ਚਿਹਰੇ ਤੇ ਗਿਆ ਹੈ ਛਾਅ ਸਾਡਾ

ਕਿਹੜੇ ਮੂੰਹ ਨਾਲ ਮੁੜਕੇ ਘਰ ਜਾਣਾ

ਉਤਰ ਗਿਆ ਜੇ ਦਿਲ ਦਾ ਚਾਅ ਸਾਡਾ

ਐਸਾ ਲਭੋ ਜੋ ਦੁਖ ਨੂੰ ਦੂਰ ਕਰਦੇ

ਬਖਸ਼ ਲਵੇ ਜੋ ਕੀਤਾ ਗੁਨਾਹ ਸਾਡਾ

ਕਹਿੰਦੇ ਪਾ ਕੇ ਤਰਲਾ ਰੱਬ ਤਾਈਂ

ਆਵੇ ਸਰਵਣ ਦਏ ਰਸਤਾ ਦਿਖਾ ਸਾਡਾ।।

ਜਦ ਵਪਾਰੀ ਆਪਣੇ ਕਰਮਾਂ ਨੂੰ ਝੂਰ ਰਹੇ ਤੇ ਰਬ ਨੂੰ ਤਰਲੇ ਪਾ ਰਹੇ ਸੀ ਤਾਂ ਇਕ ਰਬ ਦਾ ਪਿਆਰਾ ਬਜੁਰਗ ਬੰਦਾ ਆਇਆ ਉਸਨੇ ਪੁਛਿਆ ਕੇ ਕੀ ਹੋਇਆ ਇਨ੍ਹਾਂ ਸਾਰੀ ਕਹਾਣੀ ਦਸੀ ਬਜੁਰਗ ਨੇ ਪੁਛਿਆ ਤੁਹਾਨੂੰ ਕਿਸੇ ਨੇ ਪੁਛਿਆ ਸੀ ਕਿ ਇਸ ਗੰਡਾਂ ਵਿਚ ਕੀ ਹੈ ਤਾਂ ਝੱਟ ਇਕ ਵਪਾਰੀ ਬੋਲਿਆ ਕੇ ਬੱਚੇ ਖੇਡ ਰਹੇ ਸਨ ਇਕ ਬੱਚੇ ਨੇ ਸਾਨੂੰ ਪੁਛਿਆ ਤਾਂ ਅਸੀ ਹਾਸੇ ਨਾਲ ਜਵਾਬ ਦਿੱਤਾ ਕੇ ਖੇਹ ਭੱਸ ਹੈ ਤਾਂ ਬਚਾ ਕਹਿੰਦਾ ਫਿਰ ਹੋਵੇਗੀ ਅਸੀ ਅਗੇ ਆ ਗਏ

ਜਦ ਮੰਡੀ ਪਹੁੰਚ ਕੇ ਅਸੀ ਆਪਣਾ ਮਾਲ ਵੇਚਣ ਲਈ ਖੋਲਿਆ ਤਾਂ ਵਾਕਿਆ ਹੀ ਖੇਹ ਭੱਸ ਹੋਇਆ ਪਿਆ ਸੀ ਤਾਂ ਬਜੁਰਗ ਨੇ ਕਿਹਾ ਏਹ ਗੰਡਾਂ ਏਸੇ ਤਰ੍ਹਾਂ ਬੰਨਕੇ ਦੁਬਾਰਾ ਜਾਉ ਓਸੇ ਜਗ੍ਹਾ ਤੇ ਓਸੈ ਬੱਚੇ ਨੂੰ ਮਿਲਿਉ ਜੇ ਪੁਛੇ ਤਾਂ ਸੱਚ ਬੋਲਿਉ ਵਪਾਰੀ ਚੱਲ ਪਏ ਜਦ ਓਸੇ ਜਗ੍ਹਾ ਆਏ ਤਾਂ ਫਿਰ ਬੱਚੇ ਖੇਡ

ਰਹੇ ਸਨ ਬਾਬਾ ਜੀ ਫਿਰ ਸਵਾਲ ਕੀਤਾ ਇਨ੍ਹਾਂ ਗੰਡਾਂ ਵਿਚ ਕੀ ਹੈ ਤਾਂ ਝੱਟਪਟ ਬੋਲੇ ਗਿਰੀਆ ਛੁਹਾਰੇ ਕਾਜੂ ਸੌਗੀ ਹੈ ਜੀ ਪਰ ਖਲੋਤੇ ਨਾਂ ਓਥੇ ਥੋੜੇ ਅਗੇ ਜਾਕੇ ਕੀ ਤੱਕਿਆ ਇਉ ਬਿਆਨ ਹੈ।

ਡਿਊੜ

ਚਲ ਪਏ ਦੁਬਾਰਾ ਸਾਰੇ ਰਲ ਮਿਲ ਕੇ
ਭੁਲ ਬਖਸ਼ਾਉਣ ਨੂੰ
ਕੀਤਾ ਸੀ ਮਖੌਲ ਜਿਥੇ ਜਾਣਾ ਓਥੇ ਹੈ ਜੀ ਦਰਸ਼ ਪਾਉਣ ਨੂੰ,
ਦਿਲ ਵਿਚ ਰੱਖ ਸਤਿਕਾਰ ਤੁਰਪੇ ਜੋ ਵਪਾਰੀ ਸਾਰੇ ਸੀ
ਕੀਤਾ ਜਾ ਬਚਨ ਬਾਬਾ ਜੀ ਨੇ ਹੱਸ ਕੇ ਬਣਗੇ ਛੁਹਾਰੇ ਸੀ।

ਵੱਧ ਘੱਟ ਹੁਣ ਆਪਾ ਨਾਹੀ ਬੋਲਣਾ ਸਭ ਕਹਿੰਦੇ ਡਰਦੇ
ਤਕਿਆ ਜਾ ਅਖੀ ਸਾਰਾ ਹੀ ਕ੍ਰਿਸ਼ਮਾ ਸੀ ਡੰਡਾਉਤ ਕਰਦੇ,
ਰੱਬੀ ਰੂਪ ਆਪ ਬਾਬਾ ਜੀ ਮਹਾਨ ਹੈ ਕੌਤਕ ਨਿਆਰੇ ਸੀ
ਕੀਤਾ ਜਾ ਬਚਨ ਬਾਬਾ ਜੀ ਨੇ ਹੱਸ ਕੇ ਬਣਗੇ ਛੁਹਾਰੇ ਸੀ।

ਅੰਦਰੋ ਹੀ ਸਾਰੇ ਭੁਲ ਬਖਸ਼ਾਵਦੇ ਕੀਤਾ ਜੋ ਮਖੌਲ ਜੀ
ਏਹ ਤਾਂ ਕੋਈ ਹਸਤੀ ਅਗੰਮੀ ਲੱਗਦੀ ਨਾਹੀ ਅਨਭੋਲ ਜੀ,

ਕੀਤੀ ਭੁਲ ਡਾਹਡੀ ਅਸਾ ਸਭ ਰਲਕੇ ਹੈ ਵਿਖਾਏ ਤਾਰੇ ਸੀ
ਕੀਤਾ ਜਾ ਬਚਨ ਬਾਬਾ ਜੀ ਨੇ ਹੱਸ ਕੇ ਬਣਗੇ ਛੁਹਾਰੇ ਸੀ।

ਖੇਹ ਭੱਸ ਬਣੀ ਸਾਰੀ ਹੀ ਸਮੱਗਰੀ ਫਿਰ ਕੀਤੀ ਹਰੀ ਸੀ
ਕਾਜੂ ਗਿਰੀ ਸੌਗੀ ਤੇ ਛੁਹਾਰੇ ਵਧੀਆ ਛੱਟ ਫੁਲ ਭਰੀ ਸੀ,
ਹੋਏ ਖੁਸ਼ ਬੜੇ ਹੀ ਵਪਾਰੀ ਅੰਦਰੋ ਬੱਝ ਗਏ ਨਜਾਰੇ ਸੀ
ਕੀਤਾ ਜਾ ਬਚਨ ਬਾਬਾ ਜੀ ਨੇ ਹੱਸ ਕੇ ਬਣਗੇ ਛੁਹਾਰੇ ਸੀ।

ਟੇਕ ਮਥਾ ਕਰਨੀ ਨੂੰ ਅਗੇ ਤੁਰਦੇ ਦੂਰ ਦੇ ਵਪਾਰੀ ਸੀ
ਸੋਚ ਸੋਚ ਡਾਇਲ ਘੁੰਮੇ ਸਭ ਵਾਲੇ ਸੀ ਕਹਿੰਦੇ ਕਲਾ ਜਾਹਰੀ ਸੀ,
ਅਗੋ ਨਾਲੋ ਵਧ ਸੀ ਕਮਾਲ ਹੋ ਗਿਆ ਜਾਦੇ ਵਾਰੇ ਵਾਰੇ ਸੀ
ਕੀਤਾ ਜਾ ਬਚਨ ਬਾਬਾ ਜੀ ਨੇ ਹੱਸ ਕੇ ਬਣਗੇ ਛੁਹਾਰੇ ਸੀ।

ਲਗ ਗਿਆ ਪਤਾ ਜਦ ਕਹਿੰਦੇ ਬਾਪ ਨੂੰ ਸਾਰੀ ਕਰਾਮਾਤ ਦਾ
ਬੜੇ ਹੀ ਪਿਆਰ ਨਾਲ ਬਾਪ ਪੁਛਿਆ ਕਿਸਾ ਸਾਰੀ ਬਾਤ ਦਾ,
ਕਰਾਮਾਤ ਕਹਿਰ ਦਾ ਹੈ ਨਾਮ ਆਖਦੇ ਕਹਿੰਦੇ ਗੁਰੂ ਪਿਆਰੇ ਸੀ
ਕੀਤਾ ਜਾ ਬਚਨ ਬਾਬਾ ਜੀ ਨੇ ਹੱਸ ਕੇ ਬਣਗੇ ਛੁਹਾਰੇ ਸੀ।

ਕਰਾਮਾਤ ਗਹਿਣਾ ਹੁੰਦਾ ਕਹਿੰਦੇ ਸਾਧ ਦਾ ਐਵੇ ਨਾ ਵਿਖਾਈਦਾ

ਰੱਬ ਦੀ ਰਜਾ ਵਿਚ ਰਾਜੀ ਰਹਿਕੇ ਤੇ ਮਾਣ ਬਹੁਤ ਪਾਈਦਾ,

ਸਰਵਣ ਸਿੰਘ ਦਸ ਹੋਰ ਕੀ ਉਚਾਰਨਾ ਸੰਤਾਂ ਦੇ ਬਾਰੇ ਸੀ

ਕੀਤਾ ਜਾ ਬਚਨ ਬਾਬਾ ਜੀ ਨੇ ਹੱਸ ਕੇ ਬਣਗੇ ਛੁਹਾਰੇ ਸੀ।

ਜਦ ਫਿਰ ਮਿਲਾਪ ਹੋਇਆ ਬਾਬਾ ਜੀ ਨਾਲ ਸਵਲ ਜਵਾਬ ਹੋਇਆ ਬਾਬਾ ਜੀ ਕੋਲੋ ਉਤਰ ਲੈਕੇ ਵਪਾਰੀ ਚਲੇ ਗਏ ਥੋੜੇ ਅਗੇ ਜਾਕੇ ਜਦ ਤੱਕਿਆ ਤਾਂ ਜੋ ਮਾਲ ਭਰਿਆ ਸੀ ਫਿਰ ਓਹੀ ਨਿਕਲਿਆ ਬੜੇ ਬਲਹਾਰ ਜਾਣ ਬਾਬਾ ਜੀ ਤੇ ਅਗੇ ਤੋ ਪ੍ਰਣ ਕੀਤਾ ਕਿ ਕਦੇ ਵੀ ਹਾਸਾ ਮਖੌਲ ਨਹੀ ਕਰਨਾ ਕਿਸੇ ਨੂੰ ਆਪਣੀ ਗਲਤੀ ਦਾ ਅਹਿਸਾਸ ਅੰਦਰੋ ਮੁਆਫੀ ਮੰਗੀ ਤੇ ਆਪਣੇ ਰਾਹ ਪੈ ਗਏ ਇਧਰ ਬਾਬਾ ਜੀ ਦੇ ਪਿਤਾ ਜੀ ਨੂੰ ਪਤਾ ਲਗਿਆ ਪਿਤਾ ਜੀ ਨੇ ਸਾਰੀ ਕਹਾਣੀ ਪੁਛੀ ਤੇ ਕਿਹਾ ਕੇ ਕਰਾਮਾਤ ਸਾਧੂ ਦਾ ਗਹਿਣਾ ਹੁੰਦਾ ਐਸੀਆ ਗਲਾ ਤੇ ਕਰਾਮਾਤ ਨਹੀ ਵਿਖੌਣੀ ਚਾਹੀਦੀ ਹੁਣ ਇਕ ਮਿਆਨ ਚ ਦੋ ਤਲਵਾਰਾਂ ਨਹੀ ਨਹੀ ਪੈਣੀਆ ਬਾਬਾ ਜੀ ਸਮਝ ਗਏ ਆਪਣੀ ਮਾਂ ਸੁਰਜਨਾ ਕੋਲ ਗਏ ਇਕ ਚਾਦਰ ਮੰਗੀ ਚਾਦਰ ਲੈਕੇ ਟਾਹਲੀ ਦੇ ਰੁਖ ਹੇਠ ਲੇਟ ਗਏ ਤੇ ਸੰਨ 1703 ਨੂੰ ਕੱਤਕ ਦੀ ਸੁਦੀ 13 ਨੂੰ ਜੋਤੀ ਜੋਤ ਸਮਾ ਗਏ ਕੁਝ ਸਮੇ ਬਾਅਦ ਸਹਾਰਨਪੁਰ ਤੋ ਇਕ ਯਾਤਰੀ ਆਇਆ ਜੋ ਰਮਦਾਸ ਦੇ ਲਾਗੋ ਲੰਘ ਰਿਹਾ ਸੀ ਜੋ ਕੋਹੜ ਦੇ ਰੋਗ ਨਾਲ ਪੀੜਤ ਸ਼ਾਮ ਹੋਣ ਤੇ ਓਹ ਝਾੜੀਆਂ ਦਾ ਆਸਰਾ ਲੈਕੇ ਰੁਕ ਗਿਆ ਤੇ ਰਾਤ ਓਥੇ ਹੀ ਸੌ ਗਿਆ ਰਾਤ ਸੁਤੇ ਪਇਆ ਸੁਪਨੇ ਚ ਬਾਬਾ ਜੀ ਨੇ ਦਰਸ਼ਨ ਦਿਤੇ ਤੇ ਕਿਹਾ ਕਿ

ਇਸ ਜਗ੍ਹਾ ਤੇ ਛੱਪੜੀ ਬਣਾਉਣੀ ਹੈ ਤੁਸੀ ਖੁਦਾਈ ਕਰੋ ਤੁਹਾਡਾ ਰੋਗ ਦੂਰ ਹੋਵੇਗਾ ਕਿਵੇ ਪ੍ਰੇਮ ਬਾਲਾ ਨੇ ਖੁਦਾਈ ਕੀਤੀ ਇਉ ਬਿਆਨ ਹੈ।

ਕੋਰੜਾ

ਸੁਪਨੇ ਚ ਆਣ ਕੇ ਦੀਦਾਰ ਹੋ ਗਿਆ
ਦਿਲ ਜੋ ਪਰੇਮੇ ਵਾਲਾ ਆਣ ਮੋਹ ਗਿਆ,
ਸੁਣਲੋ ਡਿਉਟੀ ਜਿਹੜੀ ਬਾਬੇ ਲਾਈ ਨੂੰ
ਰੋਗ ਦੂਰ ਹੋਜੂ ਕਰ ਦਿਉ ਖੁਦਾਈ ਨੂੰ।

ਚਲ ਕੇ ਤੁਸੀ ਪਰਦੇਸੋ ਆਏ ਜੇ
ਇਥੇ ਆਕੇ ਪ੍ਰੇਮਾ ਜੀਉ ਡੇਰੇ ਲਾਏ ਜੇ,
ਸੁਣ ਲਿਆ ਅਸਾ ਤੁਹਾਡੀ ਜੀ ਦੁਹਾਈ ਨੂੰ
ਰੋਗ ਦੂਰ ਹੋਜੂ ਕਰ ਦਿਉ ਖੁਦਾਈ ਨੂੰ।

ਇਸ ਜਗ੍ਹਾ ਸਾਡੀ ਬਣੂ ਯਾਦਗਾਰ ਜੀ
ਸੁੰਨ ਪਿਆ ਇਲਾਕਾ ਖਿੜਜੂ ਬਹਾਰ ਜੀ,
ਰੋਗ ਦੂਰ ਹੋਜੂ ਆਊ ਮਾਈ ਭਾਈ ਜੀ
ਰੋਗ ਦੂਰ ਹੋਜੂ ਕਰ ਦਿਉ ਖੁਦਾਈ ਨੂੰ।

ਰਾਜੀ ਹੋਣਾ ਮੰਨ ਲਵੋ ਸਾਡਾ ਕਹਿਣਾ ਜੀ
ਜੇਕਰ ਪਰੇਮਾ ਜੀਉ ਇਥੇ ਰਹਿਣਾ ਜੀ,
ਮੁੜਕੇ ਨਾ ਜਾਇਓ ਇਥੋ ਕਰ ਧਾਈ ਨੂੰ
ਰੋਗ ਦੂਰ ਹੋਜੂ ਕਰ ਦਿਉ ਖੁਦਾਈ ਨੂੰ।

ਸੁਭਾ ਹੋਈ ਉਠ ਲੱਗਾ ਵਿਚ ਕਾਰ ਦੇ
ਰੋਗੀਆਂ ਦੇ ਬੇੜੇ ਵੇਖੋ ਕਿਵੇ ਤਾਰ ਦੇ,
ਜੱਗ ਜਾਣੇ ਸਾਰਾ ਘਾਲਣਾ ਕਮਾਈ ਨੂੰ
ਰੋਗ ਦੂਰ ਹੋਜੂ ਕਰ ਦਿਉ ਖੁਦਾਈ ਨੂੰ।

ਪੁਟ ਪੁਟ ਮਿਟੀ ਢੇਰੀ ਲਾਈ ਜਾਵਦਾ
ਤਨ ਮਨ ਲਾਕੇ ਬਾਬੇ ਨੂੰ ਧਿਆਵਦਾ
ਕਰਦਾ ਕੁਤਾਹੀ ਪਰੇਮਾ ਨਾਹੀ ਰਾਈ ਨੂੰ
ਰੋਗ ਦੂਰ ਹੋਜੂ ਕਰ ਦਿਉ ਖੁਦਾਈ ਨੂੰ।

ਸੇਵਾ ਹੋਈ ਪੂਰੀ ਰੋਗ ਦੂਰ ਭਜਿਆ
ਓਸੇ ਥਾ ਤੇ ਅਜ ਹੈ ਸਥਾਨ ਸੱਜਿਆ
ਸਰਵਣ ਵੀ ਵੇਖੋ ਕਰੇ ਵਡਿਆਈ ਨੂੰ
ਰੋਗ ਦੂਰ ਹੋਜੂ ਕਰ ਦਿਉ ਖੁਦਾਈ ਨੂੰ।।

ਜਦ ਇਸ ਪਰੇਮੇ ਦੀ ਸੇਵਾ ਦਾ ਪਿਤਾ ਗੁਰਬਖਸ਼ ਸਿੰਘ ਨੂੰ ਲਗਿਆ ਤਾ ਇਕ ਸੇਵਾਦਾਰ ਨੂੰ ਭੇਜਿਆ ਪਤਾ ਕਰੋ ਕੌਣ ਹੈ ਕੀ ਕਰ ਰਿਹਾ ਹੈ ਤਾ ਪਤਾ ਕਰਨ ਤੇ ਪਰੇਮੇ ਨੇ ਸਾਰੀ ਕਹਾਣੀ ਦਸੀ ਕੇ ਇਸ ਸੇਵਾ ਨਾਲ ਮੇਰਾ ਕੋਹੜ ਦਾ ਰੋਗ ਦੂਰ ਹੋਇਆ ਹੈ ਤਾਂ ਪਿਤਾ ਜੀ ਕਿਹਾ ਕੇ ਰਾਤ ਸੁਪਨੇ ਚ ਸੇਵਾ ਕਰਾਉਣ ਵਾਲਾ ਬਾਬਾ ਕਿਸ਼ਨ ਕੁਅਰ ਜੀ ਹੀ ਹੋ ਸਕਦੇ ਬਾਬਾ ਜੀ ਦੀ ਕੁਝ ਸਮਾਂ ਪਹਿਲਾਂ ਮੰਗਣੀ ਹੋਈ ਸੀ ਤੇ ਸ਼ਗਨ ਵਿਚ ਸਵਾ ਲੱਖ ਰੁਪਏ ਆਏ ਸਨ ਬਾਬਾ ਗੂਰਬਖਸ਼ ਸਿੰਘ ਜੀ ਨੇ ਸਵਾ ਲੱਖ ਰੁਪਏ ਸਹੁਰੇ ਪਰਿਵਾਰ ਨੂੰ ਬਾਬਾ ਕਿਸ਼ਨ ਕੁਅਰ ਦੇ ਜੋਤੀ ਜੋਤਿ ਸਮਾਉਣ ਉਪਰੰਤ ਮੋੜਨੇ ਚਾਹੇ ਪਰ ਸਹੁਰੇ ਪਰਿਵਾਰ ਨੇ ਬੇਨਤੀ ਕੀਤੀ ਇਸ ਮਾਇਆ ਨਾਲ ਬਾਬਾ ਜੀ ਦੀ ਯਾਦ ਅੰਦਰ ਤੁਸੀ ਸਰੋਵਰ ਬਣਾ ਦਿਉ ਜਿਥੇ ਕੋਹੜੀ ਪਰੇਮੇ ਨੇ ਛੱਪੜੀ ਪੁਟੀ ਸੀ ਓਸੇ ਜਗ੍ਹਾ ਤੇ ਰਾਜ ਮਿਸਤਰੀ ਲਾਕੇ ਇਕ ਵਡਾ ਸਰੋਵਰ ਬਣਾਇਆ ਗਿਆ ਜਿਥੇ ਅਜ ਇਨਸਾਨ ਨਾਲ ਕਈ ਰੋਗ ਦੂਰ ਹੁੰਦੇ ਹਨ ਸੰਗਤਾਂ ਅਜ ਵੀ ਐਸੀ ਹਸਤੀ ਨੂੰ ਵਡੀ ਗਿਣਤੀ ਵਿਚ ਪੂਜਣ ਵਾਸਤੇ ਆਉਦੀਆਂ ਹਨ ਇਹ ਇਤਿਹਾਸ ਗੁ ਬਾਬਾ ਕਿਸ਼ਨ ਕੁਅਰ ਸਾਹਿਬ ਜੀ ਦੇ ਗੁਰਦੁਆਰਾ ਸਹਿਬ ਰਮਦਾਸ ਸ੍ਰੋਮਣੀ ਗੁਰਦੁਆਰਾ ਪ੍ਰਬੰਧਕ ਕਮੇਟੀ ਵਲੋ ਲਗਾਏ ਤੱਥ ਅਨੁਸਾਰ ਹੈ ਜੀ।।

ਸਾਕਾ ਗੁਰੂ ਕਾ ਬਾਗ ਬਾਬਤ

ਕੋਰੜਾ ਛੰਦ

ਜਦ ਗੁਰੂ ਦੇ ਘਰਾਂ ਚੋ ਭੁਲੀਆਂ ਮਰਿਯਾਦਾ
ਵਧਿਆ ਵਾਂਗਰ ਵੇਲ ਦੇ ਮਹੰਤਾਂ ਦਾ ਮਾਦਾ,
ਵਤਨ ਪੁਜਾਰੀ ਤੁਰ ਪਏ ਰੋਕਣ ਲਈ ਕਾਂਗਾਂ
ਖਾਣ ਸੂਰਮੇ ਕੌਮ ਲਈ ਪਿੰਡੇ ਤੇ ਡਾਂਗਾਂ।

ਚਾਰ ਚੁਫੇਰੇ ਕਬਜਾ ਮਹੰਤਾਂ ਨੇ ਕੀਤਾ
ਬਣਕੇ ਜੋਕਾਂ ਚੰਬੜੀਆ ਤੇ ਖ਼ੂਨ ਸੀ ਪੀਤਾ,
ਦਾਰੂ ਪੀਦੇ ਰਜ ਕੇ ਤੇ ਮਾਰਨ ਚਾਂਗਾਂ
ਖਾਣ ਸੂਰਮੇ ਕੌਮ ਲਈ ਪਿੰਡੇ ਤੇ ਡਾਂਗਾਂ।

ਰਲ ਕੇ ਗੋਰੇ ਦੇਸ਼ ਨੂੰ ਸੀ ਦਬਣਾ ਚਾਹੁੰਦੇ
ਸਿਖੀ ਦੀ ਗੁਲਜਾਰ ਨੂੰ ਸੀ ਚਬਣਾ ਚਾਹੁੰਦੇ,
ਬੀ ਟੀ ਕਹਿੰਦਾ ਸਿਖੀ ਦੇ ਮੈ ਬੂਟੇ ਛਾਂਗਾਂ
ਖਾਣ ਸੂਰਮੇ ਕੌਮ ਲਈ ਪਿੰਡੇ ਤੇ ਡਾਂਗਾਂ।

ਰਲਕੇ ਸੰਗਤਾਂ ਤੁਰੀਆਂ ਤੇ ਸਹੁੰ ਸੀ ਖਾਧੀ
ਪੈਰ ਨਾ ਪਿਛੇ ਪੁਟਣੇ ਲੈਣੀ ਅਸਾ ਅਜਾਦੀ,

ਜਪਦੇ ਮੁਖੋ ਨਾਮ ਤੇ ਲਾਉਂਦੇ ਜਾਣ ਛਲਾਂਗਾਂ
ਖਾਣ ਸੂਰਮੇ ਕੌਮ ਲਈ ਪਿੰਡੇ ਤੇ ਡਾਂਗਾਂ।

ਹੋਇਆ ਹੁਕਮ ਜੋ ਤਖਤ ਦਾ ਹੈ ਅਸਾਂ ਵਜਾਉਣਾ
ਬੰਨ ਦਸਤਾਰਾਂ ਕਾਲੀਆਂ ਤੇ ਰੋਸ ਜਤਾਉਣਾ,
ਸ਼ਾਂਤਮਈ ਵਿਚ ਰਹਿਕੇ ਸਭ ਪੁੱਟਣੀਆਂ ਜਾਂਗਾਂ
ਖਾਣ ਸੂਰਮੇ ਕੌਮ ਲਈ ਪਿੰਡੇ ਤੇ ਡਾਂਗਾਂ।

ਅਗੇ ਲਗਕੇ ਤੁਰ ਪਈ ਸ਼੍ਰੋਮਣੀ ਜੋ ਕਮੇਟੀ
ਹਸ ਤਸੀਹੇ ਝਲਕੇ ਜੁਲਮ ਦੀ ਫਟੀ ਮੇਟੀ,
ਤੁਰ ਪਏ ਸਭ ਮਰਜੀਵੜੇ ਫਿਰ ਪੁਟ ਪੁਲਾਂਘਾਂ
ਖਾਣ ਸੂਰਮੇ ਕੌਮ ਲਈ ਪਿੰਡੇ ਤੇ ਡਾਂਗਾਂ।

ਡਾਂਗਾਂ ਦੇ ਨਾਲ ਕੁਟਿਆ ਤੇ ਘੋੜਿਆਂ ਝੰਬੇ
ਹੋਏ ਬੇਹੋਸ਼ ਖਾ ਮਾਰ ਨੂੰ ਤੇ ਰਤਾ ਨਾ ਕੰਬੇ
ਸਰਵਣ ਝੰਡੇ ਗਡਤੇ ਪਾ ਦਿਤੀਆਂ ਧਾਂਗਾਂ
ਖਾਣ ਸੂਰਮੇ ਕੌਮ ਲਈ ਪਿੰਡੇ ਤੇ ਡਾਂਗਾਂ।

ਮੋਰਚਾ ਗੁਰੂ ਕਾ ਬਾਗ ਅਤੇ ਪੰਜਾ ਸਾਹਿਬ

ਸ਼ਤਾਬਦੀ ਨੂੰ ਸਮਰਪਿਤ

ਮੇਘਵਰਨ ਛੰਦ

ਗੁਰੂ ਕੇ ਬਾਗ ਅੰਦਰ
ਬੈਠੇ ਸੀ ਬੜੇ ਪਤੰਦਰ,
ਕਰਦੇ ਸੀ ਮਾੜੇ ਕਾਰੇ
ਜੁਲਮ ਕਮਾਉਂਦੇ ਭਾਰੇ,
ਦਿਲੋ ਭੁਲ ਬੈਠੇ ਗੁਰੂ ਸਤਿਕਾਰ ਨੂੰ
ਭਜਾਉਣ ਹਿਤ ਚੜੇ ਸੂਰਮੇ,
ਬੈਠੇ ਮਲ ਕੇ ਜੋ ਗੁਰੂ ਦੇ ਦੁਆਰ ਨੂੰ।

ਬੀ ਟੀ ਦੀਆਂ ਡਾਂਗਾਂ ਖਾਕੇ
ਸੁਰਤੀ ਗੁਰ ਚਰਨੀ ਲਾ ਕੇ,
ਦਾਤਾ ਜੀ ਲਾਜ ਬਚਾਉਣੀ
ਜਿੰਦਗੀ ਹੈ ਲੇਖੇ ਲਾਉਣੀ,
ਅਸੀ ਭਲਾ ਸਰਬਤ ਵਾਲਾ ਮੰਗਿਆ
ਮਹੰਤ ਸਦਾ ਕਹਿਰ ਕਰਦੇ

ਜਿੰਨਾ ਗੁਰੂ ਕਾ ਸਿਧਾਂਤ ਛਿਕੇ ਟੰਗਿਆ।

ਕੁਟ ਕੇ ਵਾਂਗ ਚੂਰਮੇ
ਕੀਤੇ ਬੇ ਹੋਸ਼ ਸੂਰਮੇ
ਨਾਮ ਧਿਆਈ ਜਾਦੇ
ਡਾਗਾਂ ਵੀ ਖਾਈ ਜਾਦੇ
ਕੌਣ ਰੋਕ ਸਕੇ ਪਤੰਗਿਆ ਦੀ ਡਾਰ ਨੂੰ
ਭਜਾਉਣ ਹਿਤ ਚੜ੍ਹੇ ਸੂਰਮੇ,
ਬੈਠੇ ਮਲ ਕੇ ਜੋ ਗੁਰੂ ਦੇ ਦੁਆਰ ਨੂੰ।

ਫੜਕੇ ਹਥ ਕੜੀਆ ਲਾਈਆ
ਤੁਰਪੇ ਸੀ ਨਾਲ ਸਿਪਾਹੀਆਂ,
ਅਟਕ ਨੂੰ ਲੈ ਕੇ ਜਾਣਾ
ਪਾਣੀ ਨਾ ਮਿਲੇਗਾ ਖਾਣਾ,
ਜੁਲਮ ਕਰਨ ਤੋ ਨਾ ਗੋਰਾ ਰਤਾ ਸੰਗਿਆ
ਮਹੰਤ ਸਦਾ ਕਹਿਰ ਕਰਦੇ
ਜਿੰਨਾ ਗੁਰੂ ਕਾ ਸਿਧਾਂਤ ਛਿਕੇ ਟੰਗਿਆ।

ਫੜਕੇ ਫਿਰ ਚਾੜ੍ਹੇ ਰੇਲੇ

ਹੋਣੇ ਨਾ ਮੁੜਕੇ ਮੇਲੇ,

ਕਰਮ ਪ੍ਰਤਾਪ ਸਿੰਘ ਜੋ

ਝਲਦੇ ਸੰਤਾਪ ਸਿੰਘ ਜੋ,

ਰੋਕ ਦੇਣਾ ਜਿਨ੍ਹਾਂ ਗਡੀ ਰਫਤਾਰ ਨੂੰ

ਭਜਾਉਣ ਹਿਤ ਚੜ੍ਹੇ ਸੂਰਮੇ,

ਬੈਠੇ ਮਲ ਕੇ ਜੋ ਗੁਰੂ ਦੇ ਦੁਆਰ ਨੂੰ।

ਪਹੁੰਚੇ ਸਟੇਸ਼ਨ ਜਾ ਕੇ

ਕਹਿੰਦੇ ਸੀ ਇੰਝ ਸੁਣਾ ਕੇ,

ਆਪਾ ਪ੍ਰਸ਼ਾਦ ਛਕਾਉਣਾ

ਵੀਰਾਂ ਦਾ ਦਰਸ਼ਨ ਪਾਉਣਾ,

ਤੂੰ ਵੀ ਭਾਰਤੀ ਏ ਵੀਰਾਂ ਮੇਰੇ ਚੰਗਿਆ

ਮਹੰਤ ਸਦਾ ਕਹਿਰ ਕਰਦੇ,

ਜਿੰਨਾ ਗੁਰੂ ਕਾ ਸਿਧਾਂਤ ਛਿਕੇ ਟੰਗਿਆ।

ਕਹਿੰਦਾ ਸਟੇਸ਼ਨ ਬਾਬੂ

ਗਡੀ ਨਹੀ ਆਉਣੀ ਕਾਬੂ,

ਐਵੇ ਨਾ ਰੌਲਾ ਪਾਉ

ਭਾਂਡੇ ਚੁਕ ਘਰ ਨੂੰ ਜਾਉ,

ਕਾਹਤੋਂ ਝਲਦੇ ਹੋ ਪਿਡੇ ਉਤੇ ਮਾਰ ਨੂੰ
ਭਜਾਉਣ ਹਿਤ ਚੜੇ ਸੂਰਮੇ,
ਬੈਠੇ ਮਲ ਕੇ ਜੋ ਗੁਰੂ ਦੇ ਦੁਆਰ ਨੂੰ।

ਆਖਰ ਲਾ ਲਈ ਸਮਾਧੀ
ਸੂਰਿਆ ਕਸਮ ਵੀ ਖਾਧੀ,
ਪਟੜੀ ਤੇ ਆਸਣ ਲਾਇਆ
ਇੰਜਣ ਵੀ ਵਧਦਾ ਆਇਆ,
ਸਰੀਰ ਉਡਿਆ ਤੇ ਪਾਣੀ ਵੀ ਨਾ ਮੰਗਿਆ
ਮਹੰਤ ਸਦਾ ਕਹਿਰ ਕਰਦੇ,
ਜਿੰਨਾ ਗੁਰੂ ਕਾ ਸਿਧਾਂਤ ਛਿਕੇ ਟੰਗਿਆ।

ਲੈ ਕੇ ਸਿੰਘ ਬੈਠੇ ਟੇਕਾਂ
ਲਗੀਆ ਫਿਰ ਕਸ ਬਰੇਕਾਂ,
ਗਡੀ ਨਾ ਅਗੇ ਚਲੇ
ਸੇਵਾ ਨੂੰ ਮਾਰਨ ਹਲੇ,
ਖੁਸ਼ ਕਰਨਾ ਹੈ ਸਿਰ ਦੇ ਕੇ ਯਾਰ ਨੂੰ
ਭਜਾਉਣ ਹਿਤ ਚੜੇ ਸੂਰਮੇ,
ਬੈਠੇ ਮਲ ਕੇ ਜੋ ਗੁਰੂ ਦੇ ਦੁਆਰ ਨੂੰ।

ਦੋਵੇ ਸਿੰਘ ਹੋਏ ਸ਼ਹੀਦ

ਦੁਨੀਆ ਸੀ ਬਣੀ ਮੁਰੀਦ,

ਬਾਣੀ ਜੋ ਸਰਵਣ ਕਰਦੇ

ਮਰਨੇ ਨਾ ਰਤਾ ਵੀ ਡਰਦੇ,

ਮਨ ਸਦਾ ਹੀ ਪ੍ਰੇਮ ਵਿਚ ਰੰਗਿਆ

ਮਹੰਤ ਸਦਾ ਕਹਿਰ ਕਰਦੇ,

ਜਿੰਨਾ ਗੁਰੂ ਕਾ ਸਿਧਾਂਤ ਛਿਕੇ ਟੰਗਿਆ।

ਕੌਮੀ ਹੀਰੇ ਸੰਤ ਜਰਨੈਲ ਸਿੰਘ ਜੀ ਨੂੰ ਪੰਥ ਦਾ ਤਰਲਾ

ਦੋਤਾਰਾ

ਜਦ ਛਡਿਆ ਅਨੰਦਪੁਰ ਨੂੰ
    ਹੈ ਸੀ ਠੰਡੀਆਂ ਪੋਹ ਦੀਆਂ ਰਾਤਾਂ,
ਇਤਿਹਾਸ ਦੇ ਪੰਨਿਆਂ ਤੇ
    ਸਾਡੀਆਂ ਪੈਣ ਸਦਾ ਹੀ ਬਾਤਾਂ,
ਦਿਲ ਰੋਂਦਾ ਹਉਕੇ ਲੈ
    ਨਜਰਾਂ ਸਿਖ ਰਾਜ ਵਲ ਮੋੜਾਂ,
ਮੁੜ ਆ ਜਰਨੈਲ ਸਿੰਹਾਂ
    ਤੇਰੀਆਂ ਬਹੁਤ ਪੰਥ ਨੂੰ ਲੋੜਾਂ।

ਜੜ ਪੁਟਕੇ ਮੁਗਲਾਂ ਦੀ
    ਸਿਕਾ ਬੰਦਾ ਸਿੰਘ ਚਲਾਇਆ,
ਸਿਰ ਲਾਹ ਵਜੀਦੇ ਦਾ
    ਝੰਡਾ ਸਿਖ ਰਾਜ ਲਹਿਰਾਇਆ,
ਜੋ ਜੁਲਮ ਕਮਾਉਂਦੇ ਰਹੇ
    ਕੀਤੀਆਂ ਬੰਦ ਸਾਰੀਆ ਖੋੜਾਂ,

ਮੁੜ ਆ ਜਰਨੈਲ ਸਿੰਹਾਂ
ਤੇਰੀਆਂ ਬਹੁਤ ਪੰਥ ਨੂੰ ਲੋੜਾਂ।

ਆ ਸ਼ੇਰ ਪੰਜਾਬੀ ਨੇ
ਲਾਇਆ ਨਾਲ ਜੁਲਮ ਦੇ ਮੱਥਾ,
ਜੋ ਮਾਰਕੇ ਮਾਰ ਗਿਆ
ਸਾਥੋ ਕਦੇ ਅਹਿਸਾਨ ਨਾ ਲੱਥਾ,
ਉਸ ਮਰਦ ਸੂਰਮੇ ਦੀਆਂ
ਜਗੋ ਵਖਰੀਆ ਦਸਦੇ ਟੌਹਰਾਂ,
ਮੁੜ ਆ ਜਰਨੈਲ ਸਿੰਹਾਂ
ਤੇਰੀਆਂ ਬਹੁਤ ਪੰਥ ਨੂੰ ਲੋੜਾਂ।

ਜਦ ਹਕਾਂ ਖਾਤਰ ਸੀ
ਉਠਿਆ ਯੋਧਾ ਇਕ ਟਕਸਾਲੀ,
ਕਰਦਾ ਤਕਰੀਰਾਂ ਨੂੰ
ਐਸੀ ਸੰਤ ਦੀ ਚੜਤ ਨਿਰਾਲੀ,
ਉਹਦੇ ਅਟਲ ਫੈਸਲੇ ਸੀ
ਸੁਣਕੇ ਜਾਲਮ ਲਾਉਂਦੇ ਦੌੜਾਂ,
ਮੁੜ ਆ ਜਰਨੈਲ ਸਿੰਹਾਂ

ਤੇਰੀਆਂ ਬਹੁਤ ਪੰਥ ਨੂੰ ਲੋੜਾਂ।

ਗਲ ਚੋਲਾ ਫਬਦਾ ਸੀ
ਲਗਦਾ ਹੈ ਸੀ ਰੂਪ ਇਲਾਹੀ,
ਬਾਣੀ ਵਿਚ ਰੰਗਿਆ ਸੀ
ਉਹ ਤਾਂ ਹੈ ਸੀ ਸੰਤ ਸਿਪਾਹੀ,
ਜਿਨਾਂ ਨੂੰ ਚੁਭਦਾ ਸੀ
ਰਖਦੇ ਧੁਰ ਅੰਦਰੋ ਹੀ ਕੌੜਾਂ,
ਮੁੜ ਆ ਜਰਨੈਲ ਸਿੰਹਾਂ,
ਤੇਰੀਆਂ ਬਹੁਤ ਪੰਥ ਨੂੰ ਲੋੜਾਂ।

ਕੁਝ ਆਪਣੇ ਮਾਰ ਗਏ
ਰਖਦੇ ਸੀ ਉਹ ਭਾਵੇ ਯਰਾਨਾ,
ਅੱਤਵਾਦੀ ਕਹਿਣ ਲਈ
ਲਭ ਗਿਆ ਇੰਦਰਾ ਤਾਂਈ ਬਹਾਨਾ,
ਹਕ ਦੇਣੇ ਕਿਥੇ ਸੀ
ਲੱਗੀਆਂ ਸੀ ਦਬਣ ਦੀਆਂ ਹੌੜਾਂ,
ਮੁੜ ਆ ਜਰਨੈਲ ਸਿੰਹਾਂ
ਤੇਰੀਆਂ ਬਹੁਤ ਪੰਥ ਨੂੰ ਲੋੜਾਂ।

ਕਰ ਹਮਲਾ ਤਖਤ ਉਤੇ

ਪਿਛੋ ਲਾਉਂਦੇ ਫਿਰਦੇ ਮਰਮਾਂ,

ਖੋ ਲਿਆ ਸਰਕਾਰੇ ਨੀ

ਮਿਲਿਆ ਸੰਤ ਨਾਲ ਸੀ ਕਰਮਾਂ,

ਸਰਵਣ ਤਰਲੈ ਲੈਦਾ ਏ

ਭੇਜਦੇ ਹਥ ਦਾਤਿਆ ਜੋੜਾਂ,

ਮੁੜ ਆ ਜਰਨੈਲ ਸਿੰਹਾਂ

ਤੇਰੀਆਂ ਬਹੁਤ ਕੌਮ ਨੂੰ ਲੋੜਾਂ ।।

ਸਿੱਖ ਕੌਮ ਦਾ ਸੁਪਨਾ

ਕਸੂਰੀ ਛੰਦ

ਦਿਤਾ ਦਸ਼ਮੇਸ਼ ਸਿੰਘਾਂ ਤਾਈ ਜੋ ਸਰੂਪ ਜੀ
ਸਭ ਜਗ ਤੋ ਨਿਆਰਾ ਖਾਲਸੇ ਦਾ ਰੂਪ ਜੀ,
ਬੈਠਾ ਕੇਸ਼ਰੀ ਨਿਸ਼ਾਨ ਤੇ ਹੈ ਬਾਜ ਵੇਖਣਾ
ਬਸ ਇਕੋ ਰੀਝ ਖਾਲਸੇ ਦਾ ਰਾਜ ਵੇਖਣਾ।

ਰਾਜ ਖਾਲਸਾ ਕਮਾਇਆ ਬੰਦਾ ਸਿੰਘ ਬੀਰ ਨੇ
ਜਿਨ੍ਹਾਂ ਜੁਲਮ ਕਮਾਇਆ ਦੇਣੇ ਸਭ ਚੀਰ ਨੇ,
ਡਿਗੇ ਢਠਿਆ ਦੇ ਸਿਰਾਂ ਉਤੇ ਤਾਜ ਵੇਖਣਾ
ਬਸ ਇਕੋ ਰੀਝ ਖਾਲਸੇ ਦਾ ਰਾਜ ਵੇਖਣਾ।

ਸਾਡੇ ਸਿਰਾਂ ਦੇ ਜਾ ਮੁਲ ਪਾਉਦੇ ਵੈਰੀ ਪੈਸੇ ਸੀ
ਹਥ ਢੂਡਿਆ ਨਾ ਆਉਦੇ ਉਦੋ ਸਿੰਘ ਕੈਸੈ ਸੀ,
ਜਿਹੜਾ ਕਰੇਗਾ ਵਧੀਕੀ ਉਹੋ ਸਾਜ ਵੇਖਣਾ
ਬਸ ਇਕੋ ਰੀਝ ਖਾਲਸੇ ਦਾ ਰਾਜ ਵੇਖਣਾ।

ਰਾਹ ਮੱਲ ਕੇ ਸਰਾਂ ਦੀ ਸੂਰਮਾ ਖਲੋਤਾ ਸੀ

ਰਾਜ ਖਾਲਸੇ ਦਾ ਹੋਇਆ ਕਹਿੰਦਾ ਸਿੰਘ ਬੋਤਾ ਸੀ,
ਗਰਜਾ ਸਿੰਘ ਨੇ ਨਾ ਖਾਲਸਾ ਮੁਥਾਜ ਵੇਖਣਾ
ਬਸ ਇਕੋ ਰੀਝ ਖਾਲਸੇ ਦਾ ਰਾਜ ਵੇਖਣਾ।

ਜਦ ਆਇਆ ਰਾਜ ਕਹਿੰਦੇ ਸ਼ੇਰੇ ਜੀ ਪੰਜਾਬ ਦਾ
ਟੌਹਰ ਵਖਰਾ ਸੀ ਜਗੋ ਨਲੂਏ ਜਨਾਬ ਦਾ
ਗੋਰੇ ਨੌਕਰੀ ਤੇ ਰਖੇ ਕੰਮ ਕਾਜ ਵੇਖਣਾ
ਬਸ ਇਕੋ ਰੀਝ ਖਾਲਸੇ ਦਾ ਰਾਜ ਵੇਖਣਾ।

ਅਜ ਕਰਕੇ ਗਦਾਰੀਆ ਪੰਜਾਬ ਲੁਟਿਆ
ਹਕ ਮਿਲਦੇ ਨਾ ਮਲਕੀਤ ਸਿੰਘਾਂ ਜਾਂਦਾ ਕੁਟਿਆ
ਸਰਵਣ ਸਿੰਘ ਵੀ ਚਾਹੇ ਰਾਜ ਆਜ ਵੇਖਣਾ
ਬਸ ਇਕੋ ਰੀਝ ਖਾਲਸੇ ਦਾ ਰਾਜ ਵੇਖਣਾ।।

ਮਲਕੀਤ ਸਿੰਘ ਜੀ ਸਰਪੰਚ ਸ਼ਾਮ ਨਗਰ ਅਤੇ ਕਵੀਸ਼ਰ ਸਰਵਣ ਸਿੰਘ ਸ਼ਾਮ ਨਗਰ ਵਲੋ ਚਾਰ ਸਤਰਾਂ ਲਿਖੀਆਂ ਗਈਆਂ

ਬਾਗੀ

ਹੈ ਬਾਗੀ ਬਾਪ ਦਸ਼ਮੇਸ਼ ਪਿਤਾ ਤੇ ਬਾਗੀ ਓਹਦੇ ਸਪੁਤਰ ਹਾਂ
ਸਾਨੂੰ ਖੰਡੇ ਨੇ ਹੈ ਜਨਮ ਦਿਤਾ ਤੇ ਬਿੰਦੀ ਆਪਾ ਪੁਤਰ ਹਾਂ,
ਜਦ ਆਨ ਅਣਖ ਤੇ ਬਣਦੀ ਏ ਫਿਰ ਖਾਲਸਾ ਅਗੇ ਆਉਦਾ ਏ
ਅਜ ਜਾਲਮ ਰੌਲਾ ਪਾਉਦੇ ਨੇ ਖੰਡਾ ਤੇ ਤੀਰ ਡਰਾਉਦਾ ਏ।

ਅਸੀ ਵਿਥ ਕਦੇ ਵੀ ਸਮਝੀ ਨਾ ਜੋ ਮੰਦਰ ਅਤੇ ਮਸੀਤਾਂ ਨੇ
ਪਰ ਸਾਡੇ ਧਰਮ ਗ੍ਰੰਥ ਲਈ ਕਿਉ ਰੱਖਦੇ ਮਾੜੀਆਂ ਨੀਤਾਂ ਨੇ
ਸਿੰਘ ਕਦੇ ਵਧੀਕੀ ਕਰਦੇ ਨਾ ਜੋ ਕਰਦੇ ਸੋਧਾ ਲਾਉਦਾ ਏ
ਫਿਰ ਜਾਲਮ ਰੌਲਾ ਪਾਉਦੇ ਨੇ ਖੰਡਾ ਤੇ ਤੀਰ ਡਰਾਉਦਾ ਏ।

ਇਕ ਖੰਡਾ ਦੂਜਾ ਤੀਰ ਜਿਹੜਾ ਇਨੂੰ ਫੜਿਆ ਸੀ ਟਕਸਾਲੀ ਨੇ
ਜਾਲਮ ਦੇ ਲਾਹੂ ਲਾਹੁਣ ਲਈ ਸੀ ਤੇਗ ਫੜੀ ਅਕਾਲੀ ਨੇ
ਓਹ ਅਖ ਹੀ ਕੱਡਤੀ ਸਿੰਘਾਂ ਨੇ ਜੋ ਮਾੜੀ ਨਿਗਾਹ ਟਿਕਾਉਂਦਾ ਏ
ਅਜ ਜਾਲਮ ਰੌਲਾ ਪਾਉਦੇ ਨੇ ਖੰਡਾ ਤੇ ਤੀਰ ਡਰਾਉਦਾ ਏ।

ਕਦੇ ਵਿਚ ਸੰਤਾਲੀ ਘਾਣ ਹੋਇਆ ਕਦੇ ਵਿਚ ਚੁਰਾਸੀ ਸਾੜੇ ਗਏ
ਜੋ ਜਾਨੇ ਵੱਧ ਕੇ ਪਿਆਰਾ ਏ ਅੰਗ ਉਸਦੇ ਵੀ ਨੇ ਪਾੜੇ ਗਏ

ਕਿਉ ਮਥਾ ਲਾਉਦੇ ਗੁਰੂਆਂ ਨਾ ਜੋ ਭਲਾ ਹੀ ਸਭ ਦਾ ਚਾਹੁੰਦਾ ਏ
ਫਿਰ ਜਾਲਮ ਰੌਲਾ ਪਾਉਦੇ ਨੇ ਖੰਡਾ ਤੇ ਤੀਰ ਡਰਾਉਦਾ ਏ।
ਏਹ ਖਾਲਸਾ ਦਿਲ ਦਾ ਖਾਲਸ ਹੈ ਤੇ ਰੱਖਦਾ ਵੈਰ ਵਿਰੋਧ ਨਹੀ
ਜੇ ਬਣਜੇ ਮਸਲਾ ਨਸਲਾਂ ਦਾ ਫਿਰ ਏਹਦੇ ਵਰਗਾ ਕਰੋਧ ਨਹੀ,
ਏ ਸਭ ਧਰਮਾਂ ਦਾ ਰਾਖਾ ਹੈ ਤੇ ਸੁਲਾ ਲਈ ਹੱਥ ਵਧਾਉਂਦਾ ਏ
ਫਿਰ ਜਾਲਮ ਰੌਲਾ ਪਾਉਦੇ ਨੇ ਖੰਡਾ ਤੇ ਤੀਰ ਡਰਾਉਦਾ ਏ।

ਏਹ ਪ੍ਰਗਟ ਹੋਇਆ ਖੰਡੇ ਤੋ ਤੇ ਮਾਲਕ ਤਖਤਾਂ ਤਾਜਾਂ ਦਾ
ਐਵੇ ਨਾ ਸਮਝੇ ਹੋਰ ਕੋਈ ਇਹ ਵਾਰਸ ਹੈ ਸਭ ਰਾਜਾਂ ਦਾ
ਜਿਥੇ ਸਭ ਵਸੀਲੇ ਮੁਕ ਜਾਦੇ ਜਾ ਕੇਸਰੀ ਫਿਰ ਝੁਲਾਉਦਾ ਏ
ਅਜ ਜਾਲਮ ਰੌਲਾ ਪਾਉਦੇ ਨੇ ਖੰਡਾ ਤੇ ਤੀਰ ਡਰਾਉਦਾ ਏ।

ਜੋ ਵਿਚ ਅਸਮਾਨੀ ਝੁਲਦਾ ਏ ਓਹ ਸਭ ਦੇਸ਼ਾ ਵਿਚ ਝੁਲ ਰਿਹਾ
ਕੀਤੇ ਜੋ ਪਰ ਉਪਕਾਰਾਂ ਨੂੰ ਕਿਉ ਚੌਕ ਚਾਂਦਨੀ ਭੁਲ ਰਿਹਾ
ਆਪਾ ਰਾਜ ਖਾਲਸਾ ਕਰਨਾ ਏ ਸਰਵਣ ਵੀ ਏਹੋ ਚਾਹੁੰਦਾ ਏ
ਫਿਰ ਜਾਲਮ ਰੌਲਾ ਪਾਉਦੇ ਨੇ ਖੰਡਾ ਤੇ ਤੀਰ ਡਰਾਉਦਾ ਏ।

ਝੂਠ ਦਾ ਬੋਲ ਬਾਲਾ ਸੱਚ ਨੂੰ ਫਾਂਸੀ

ਜ਼ਫਰਨਾਮਾ ਤਰਜ

ਆ ਬੈਠ ਮੇਰੇ ਕੋਲ ਵੀਰਾ
    ਗਲ ਦਸਾ ਸਚ ਦੀ,
ਚਾਰ ਦਿਨ ਜੇ ਜਿਊਦੇ ਰਹਿਣਾ
    ਨਾ ਗਲ ਕਰੀ ਹਕ ਦੀ।

ਹੈ ਝੂਠ ਨੂੰ ਸਲਾਮ ਏਥੇ
    ਸਚ ਦੇ ਗਲ ਫੰਦੀਆ,
ਹੱਕਾਂ ਖਾਤਰ ਜੇਲਾਂ ਅੰਦਰ
    ਰੂਹਾਂ ਬਣੀਆਂ ਬੰਦੀਆਂ।

ਸਚ ਨੂੰ ਦਬਾਉਣ ਖਾਤਰ
    ਕਈ ਚਾਲਾਂ ਚਲੀਆ,
ਧਰਵਾਸ ਦੇ ਕੇ ਲੀਡਰਾਂ ਨੇ
    ਵੇਖ ਕੁਰਸੀਆਂ ਮਲੀਆ।

ਲੈਣ ਲਈ ਰੁਤਬਿਆ ਨੂੰ

ਪਾਉਂਦੇ ਹਾੜ੍ਹਾ ਧਰਮ ਦਾ,
ਦੇਸ਼ ਲੁਟ ਖਾ ਗਏ ਸਾਰਾ
ਨਹੀ ਘਾਟਾ ਸ਼ਰਮ ਦਾ।

ਇਕ ਦਿਨ ਮੌਤ ਆਉਣੀ
ਫਿਰ ਚਲਣਾ ਫਰੇਬ ਨਾ,
ਜਿਹੜਾ ਗਲ ਖਫਣ ਪਾਉਣਾ
ਹੋਣੀ ਉਹਨੂੰ ਜੇਬ ਨਾ।

ਮੰਦਾ ਚੰਗਾ ਕਰੇ ਬੰਦਿਆ
ਰਬ ਸਭ ਕੁੱਝ ਜਾਣਦਾ,
ਹੋ ਕੇ ਚੂਰ ਮਸਤੀਆਂ ਚ
ਤੂੰ ਰੰਗ ਜਿਹੜੇ ਮਾਣਦਾ।

ਤੂੰ ਕਰ ਭਲਾ ਹੋਊ ਭਲਾ
ਬਾਬਾ ਨਾਨਕ ਕਹਿ ਗਿਆ,
ਕਿਉ ਤੇਰੇ ਦਿਲ ਉਤੋ
ਡਰ ਉਹਦਾ ਲਹਿ ਗਿਆ।

ਚਾਰ ਰੋਜ ਜਿੰਦਗੀ ਸੀ
ਹਸ ਰੋ ਗੁਜਾਰ ਲਈ,
ਦਸ ਭਲਾ ਮਾਇਆ ਬਿਨਾਂ
ਕਿਹੜੀ ਤੇਗ ਮਾਰ ਲਈ।

ਉਸ ਸਚੀ ਦਰਗਾਹ ਅੰਦਰ
ਫਿਰ ਲੇਖਾ ਜਾਣਾ ਘੋਖਿਆ,
ਮਹਿਫਲਾਂ ਚ ਗਜਾਰ ਦਿਤੀ
ਹੈ ਜਿੰਦਗੀ ਤੂੰ ਫੋਕਿਆ।

ਗੁਰੂ ਘਰ ਜਾ ਕੇ ਕਦੇ
ਕਾਬੂ ਰਖ ਮਨ ਨੂੰ,
ਸੇਵਾ ਕਰ ਪਾਰ ਹੋਣਾ
ਲੇਖੇ ਲਾ ਤੂੰ ਤਨ ਨੂੰ।

ਬੜਾ ਸਮਝਾਇਆ ਬਾਣੀ
ਕੀਤੀ ਕਦੇ ਗੌਰ ਨਾ,
ਇਕ ਦਿਨ ਰਹਿਜੂ ਮਿਟੀ
ਰਹਿਣਾ ਵਿਚ ਭੌਰ ਨਾ।

ਸਰਵਣ ਬਾਣੀ ਕਰ ਕੇ

ਤੂੰ ਜੀਵਨ ਸਵਾਰ ਲੈ,

ਤੂੰਹੀ ਤੂੰ ਦਾ ਜਾਪ ਕਰ

ਹਉਮੈ ਆਪਣੀ ਮਾਰ ਲੈ।।

ਜਰਨਲ ਸੁਬੇਗ ਸਿੰਘ ਦੀ ਬਹਾਦਰੀ

ਦੁਵਈਆ ਛੰਦ

ਚੜ੍ਹਿਆ ਜੂਨ ਮਹੀਨਾ ਆਕੇ ਭਾਂਬੜ ਮਚੇ ਚੁਫੇਰੇ
ਦੇਸ਼ ਦੇ ਫੌਜੀ ਦੇਸ਼ ਉਤੇ ਜਾ ਪਾਉਣ ਲਗ ਪਏ ਘੇਰੇ,
ਹੋਇਆ ਹੁਕਮ ਜਰਨੈਲ ਸਿੰਘ ਦਾ ਸਿੰਘਾਂ ਬੋਲ ਪੁਗਾਏ
ਸੁਬੇਗ ਸਿੰਘ ਦੇ ਮੋਰਚਿਆਂ ਨੇ ਐਸੇ ਭੜਥੂ ਪਾਏ।

ਪਹਿਲਾਂ ਹਾਕਮਾਂ ਵਰਤ ਵੇਖ ਲਈ ਜਾ ਸਾਰੀ ਹੀ ਨੀਤੀ
ਭੁਲ ਮਰਿਆਦਾ ਗੁਰੂ ਘਰਾਂ ਦੀ ਰਜ ਬੇਅਦਬੀ ਕੀਤੀ,
ਜਿਹੜੇ ਆਏ ਰਖ ਆਸ ਜਿਤਣ ਦੀ ਸਿੰਘਾ ਸਥਰ ਵਿਛਾਏ
ਸੁਬੇਗ ਸਿੰਘ ਦੇ ਮੋਰਚਿਆਂ ਨੇ ਐਸੇ ਭੜਥੂ ਪਾਏ।

ਬਾਬਾ ਅਟਲ ਤੇ ਉਚੀ ਟੈਕੀ ਉਪਰੋ ਗੋਲੀ ਚਲੀ
ਸਾਹ ਸੂਤਕੇ ਫੌਜੀ ਕੰਬਣ ਮਚ ਗਈ ਤੜਥਲੀ,
ਕੋਈ ਵੀ ਸੁਕਾ ਜਾਣ ਨਾ ਦਿਤਾ ਬੜੇ ਕਮਾਂਡੋ ਆਏ
ਸੁਬੇਗ ਸਿੰਘ ਦੇ ਮੋਰਚਿਆਂ ਨੇ ਐਸੇ ਭੜਥੂ ਪਾਏ।

ਲੰਗਰ ਸਹਿਬ ਦੀ ਛਤ ਤੋ ਕਹਿੰਦੇ ਮੀਹ ਗੋਲੀ ਦਾ ਵਰਿਆ
ਵਿਚ ਪ੍ਰਕਰਮਾਂ ਹਾ ਹਾ ਕਾਰਾਂ ਅਨੇਕਾਂ ਫੌਜੀ ਮਰਿਆ,

ਫੌਜ ਵੀ ਕਿਹੜੀ ਘਟ ਗੁਜ਼ਾਰੇ ਜਿਸ ਬਚੇ ਮਾਰ ਮੁਕਾਏ
ਸੁਬੇਗ ਸਿੰਘ ਦੇ ਮੋਰਚਿਆਂ ਨੇ ਐਸੇ ਭੜਥੂ ਪਾਏ।

ਵਿਚ ਹਰਿਮੰਦਰ ਕਹਿਰ ਹੋ ਰਿਹਾ ਹੈ ਸੀ ਬਹੁਤਾ ਭਾਰਾ
ਬਚੇ ਬੁਢੇ ਧੀਆਂ ਭੈਣਾਂ ਹੋਇਆ ਲਹੂ ਮਿਝ ਦਾ ਗਾਰਾ,
ਫੜ ਨਿਹਥੇ ਪਾਪੀਆਂ ਮਾਰੇ ਜੋ ਦਰਸ਼ਨ ਨੂੰ ਆਏ
ਸੁਬੇਗ ਸਿੰਘ ਦੇ ਮੋਰਚਿਆਂ ਨੇ ਐਸੇ ਭੜਥੂ ਪਾਏ।

ਸਾਰਾ ਦਿਨ ਹੀ ਚਲੀਆ ਗੋਲੀਆਂ ਕਈ ਘਰ ਗਏ ਉਜਾੜੇ
ਹਕਾਂ ਖਾਤਰ ਪੁਤ ਪੰਜਾਬੀ ਗਏ ਗੋਲੀ ਨਾਲ ਰਾੜੇ,
ਆਨ ਅਣਖ ਤੇ ਬਣਦੀ ਸੰਤਾਂ ਤਕ ਜੈਕਾਰੇ ਲਾਏ
ਸੁਬੇਗ ਸਿੰਘ ਦੇ ਮੋਰਚਿਆਂ ਨੇ ਐਸੇ ਭੜਥੂ ਪਾਏ।

ਠਾਰਾ ਸਿੰਘ ਅਮਰੀਕ ਸਿੰਘ ਜਹੇ ਵਾਰ ਗਏ ਜਿੰਦਗਾਨੀ
ਮੁਠੀ ਭਰ ਜੋ ਸ਼ੇਰ ਦੁਲਾਰੇ ਕਰਗੇ ਕਾਇਮ ਨਿਸ਼ਾਨੀ,
ਤਕ ਸ਼ਹੀਦੀ ਸੁਬੇਗ ਸਿੰਘ ਦੀ ਸੰਤ ਵੀ ਮਗਰੇ ਧਾਏ
ਸੁਬੇਗ ਸਿੰਘ ਦੇ ਮੋਰਚਿਆਂ ਨੇ ਐਸੇ ਭੜਥੂ ਪਾਏ।।

ਸੱਚੇ ਸਾਧੂਆਂ ਦੀ ਮਹਿਮਾ

ਛੋਟਾ ਬੈਤ

ਉਸ ਧਰਤੀ ਦੇ ਭਾਗ ਨੇ ਜਾਗ ਜਾਂਦੇ

ਜਿਥੇ ਸਾਧੂ ਦਾ ਆਣ ਨਿਵਾਸ ਹੁੰਦਾ।

ਲਖਾਂ ਰਹਿਮਤਾਂ ਆਣ ਉਥੇ ਲਾਉਣ ਡੇਰੇ

ਨਾਮ ਬਾਣੀ ਦਾ ਜਿਥੇ ਪ੍ਰਕਾਸ਼ ਹੁੰਦਾ।

ਸਾਧੂ ਫਲ ਲਾਉਂਦੇ ਵੇਲਾਂ ਸੁਕੀਆਂ ਨੂੰ

ਰਸਨਾ ਉਤੇ ਹੈ ਰਬ ਦਾ ਵਾਸ ਹੁੰਦਾ।

ਰੱਬ ਸੰਤਾਂ ਦੇ ਬੋਲ ਨਾ ਟਾਲਦਾ ਏ

ਸਾਧੂ ਰਬ ਲਈ ਜਗ ਤੇ ਖਾਸ ਹੁੰਦਾ।

ਚਾਰ ਜੁਗਾਂ ਤੋ ਸਿਧੇ ਰਾਹੇ ਪਾਉਣ ਆਏ

ਰਾਮ ਨਾਮ ਖਜਾਨਾ ਉਨ੍ਹਾਂ ਪਾਸ ਹੁੰਦਾ।

ਦਰ ਆਏ ਨੂੰ ਹਸ ਕੇ ਗਲ ਲਾਉਂਦੇ

ਨਾਮ ਜਪਿਆ ਸਾਸ ਗਿਰਾਸ ਹੁੰਦਾ।

ਲੋੜਵੰਦ ਦੀ ਲੋੜ ਨੂੰ ਕਰਨ ਪੂਰਾ
ਕੋਈ ਬੰਦਾ ਨਾ ਕਦੇ ਨਿਰਾਸ਼ ਹੁੰਦਾ।

ਤਿੰਨਾਂ ਲੋਕਾਂ ਤੇ ਰਾਜ ਸਾਧੂ ਹੈਨ ਕਰਦੇ
ਕਰੀਏ ਦਰਸ਼ ਤੇ ਪਾਪਾਂ ਦਾ ਨਾਸ ਹੁੰਦਾ।

ਨਿੰਦਾ ਸਾਧ ਦੀ ਡੋਬਦੀ ਪੀੜੀਆਂ ਨੂੰ
ਤਰਦਾ ਉਹੋ ਜੋ ਸਾਧੂ ਦਾ ਦਾਸ ਹੁੰਦਾ।

ਨਾਮ ਜਪ ਤੇ ਸਰਵਣ ਤੂੰ ਬਾਣੀ ਕਰਲੈ
ਇਥੇ ਸਾਹਾਂ ਦਾ ਨਾਹੀ ਭਰਵਾਸ ਹੁੰਦਾ।।

ਦਸ਼ਮੇਸ਼ ਪਿਤਾ ਜੀ ਦੀ ਮਹਿਮਾਂ

ਤਰਜ ਛੱਲਾ

ਮਾਹੀ ਪਟਨੇ ਆਇਆ
ਆਕੇ ਭਾਗ ਲਗਾਇਆ,
ਭੀਖਮ ਦਰਸ਼ਨ ਚਾਹਿਆ
ਤੇ ਆਕੇ ਬੂਹਾ ਮਲਿਆ,
ਦਰਸ਼ਨ ਮਹਿੰਗੇ ਬਲਿਆ
ਰੌਲਾ ਪਾ ਨਾ ਝਲਿਆ।

ਦਾਦੀ ਸਦਕੇ ਜਾਵੇ
ਲਖ ਸ਼ੁਕਰ ਮਨਾਵੇ,
ਘੁਟ ਛਾਤੀ ਲਾਵੇ
ਤੇ ਜੀਵੇਂ ਸੋਹਣੇ ਚੰਨਿਆ,
ਰਬ ਕਹਿਣਾ ਮੰਨਿਆ
ਰੰਗ ਖੁਸ਼ੀਆ ਬੰਨ੍ਹਿਆ।

ਭਾਗ ਗੁਜਰੀ ਜਾਗੇ
ਕਲਗੀ ਵਾਲੇ ਆਗੇ,

ਮਾਮਾ ਹੱਸਦਾ ਲਾਗੇ

ਤੇਰੇ ਬਾਝੋ ਸੀ ਸੱਖਣਾਂ,

ਮੇਰੇ ਹੀਰੇ ਮੱਖਣਾਂ

ਸੀਨੇ ਲਾਕੇ ਰੱਖਣਾਂ।

ਗੁਰੂ ਆਸਾਮ ਚ ਡੇਰੇ

ਚੰਨ ਚੜਿਆ ਵਿਹੜੇ,

ਘਰ ਖੁਸ਼ੀਆ ਖੇੜੇ

ਤੇ ਖਬਰਾਂ ਪੁਜੀਆ ਫਾਦਰ,

ਗੁਰੂ ਤੇਗ ਬਹਾਦਰ

ਆਇਆ ਗੋਬਿੰਦ ਕਾਦਰ।

ਗੁਰੂ ਪਟਨੇ ਆਏ

ਆ ਕੇ ਦਰਸ਼ਨ ਪਾਏ,

ਮੁਖੋ ਬਚਨ ਅਲਾਏ

ਸ਼ੁਕਰ ਰਬ ਦਾ ਕਰਿਆ,

ਦਿਲ ਖੁਸ਼ੀਆ ਭਰਿਆ

ਸੁਣ ਜਾਬਰ ਡਰਿਆ।

ਕੀਤੇ ਕੌਤਕ ਨਿਆਰੇ
ਸ਼ਿਵਦਤ ਜਹੇ ਤਾਰੇ,
ਮੈਣੀ ਵਾਜਾਂ ਮਾਰੇ
ਆ ਗੋਦੀ ਬਹਿ ਜਾ,
ਮਾਂ ਮੈਨੂੰ ਕਹਿ ਜਾ
ਵਾਂਗ ਝਰਨੇ ਵਹਿ ਜਾ।

ਛਡ ਪਟਨਾ ਚਲਿਆ
ਸ਼ਹਿਰ ਰੋਂਦਾ ਛਲਿਆ,
ਰਾਹ ਕਿਹੜਾ ਮਲਿਆ
ਤੇ ਤਰਲੇ ਲੈਂਦੇ ਹਾਣੀ,
ਅਖੀਉ ਵਹਿੰਦਾ ਪਾਣੀ
ਕਮਲੀ ਹੋ ਗਈ ਰਾਣੀ।

ਵਿਛੋੜਾ ਸਰਵਣ ਮਾੜਾ
ਮਿਟਣਾ ਮੁਸ਼ਕਿਲ ਪਾੜਾ,
ਤੇ ਤੇਰੇ ਅਗੇ ਹਾੜਾ
ਕਿਤੇ ਭੁਲ ਨਾ ਜਾਵੀਂ,
ਮੁੜ ਫੇਰੇ ਪਾਵੀਂ

ਸਾਨੂੰ ਗਲ ਨਾਲ ਲਾਵੀਂ।।

ਗੁਰੂ ਅਰਜਨ ਸਾਹਿਬ ਸੇਵਾ ਦੇ ਪੁੰਜ

ਡਿਊੜ ਛੰਦ

ਤੀਜੇ ਪਾਤਸ਼ਾਹ ਨੇ ਸੇਵਾ ਅਰੰਭ ਕਰਤੀ ਵਿਚ ਗੋਇੰਦਵਾਲ ਦੇ
ਦੂਰੋ ਦੂਰੋ ਸੇਵਾ ਨੂੰ ਕਮਾਉਣ ਬਦਲੇ ਲੋਕ ਆਏ ਭਾਲਦੇ,
ਜੇਠੇ ਤਾਂਈ ਪਾਤਸ਼ਾਹ ਨੇ ਭਾਗ ਲਾਏ ਸੀ ਖਿੜੀ ਜਾਂ ਬਹਾਰ ਜੀ
ਭਾਨੀ ਮਾਂ ਦੇ ਲਾਲ ਪੁੰਜ ਉਪਕਾਰ ਦੇ ਪੰਜਵੇ ਦਤਾਰ ਜੀ।

ਪੜਕੇ ਨਸੀਬ ਗੁਰੂ ਤੀਜੇ ਪਾਤਸ਼ਾਹ ਖੋਲ ਦਿੱਤਾ ਰਾਜ ਜੀ
ਦੋਹਤਾ ਸਾਡਾ ਬੋਹਥਾ ਆਇਆ ਗੁਰਬਾਣੀ ਦਾ ਰਚੇਗਾ ਜਹਾਜ ਜੀ,
ਜਿਸ ਤਾਂਈ ਸੁਣ ਦੁਖ ਦੂਰ ਹੋਵਣੇ ਕਰੂ ਬੇੜਾ ਪਾਰ ਜੀ
ਭਾਨੀ ਮਾਂ ਦੇ ਲਾਲ ਪੁੰਜ ਉਪਕਾਰ ਦੇ ਪੰਜਵੇ ਦਤਾਰ ਜੀ।

ਲੈਕੇ ਅਸੀਸ ਫਿਰ ਪਿਤਾ ਗੁਰੂ ਤੋ ਸੇਵਾ ਵਿਚ ਰੁਝਗੇ
ਕਰਨਾ ਤਿਆਰ ਸਚਖੰਡ ਜਗ ਤੇ ਸੁਧਾ ਸਰ ਪੁੱਜਗੇ,
ਸਾਈਂ ਮੀਆਂ ਮੀਰ ਤੋ ਰਖਾਕੇ ਇਟ ਨੂੰ ਕੀਤਾ ਸਤਿਕਾਰ ਜੀ
ਭਾਨੀ ਮਾਂ ਦੇ ਲਾਲ ਪੁੰਜ ਉਪਕਾਰ ਦੇ ਪੰਜਵੇ ਦਤਾਰ ਜੀ।

ਟੋਕਰੀ ਦੀ ਸੇਵਾ ਜਿਥੇ ਦਿਉਤੇ ਕਰਦੇ ਪੁਟਦੇ ਨੇ ਤਾਲ ਨੂੰ
ਸਤਿਨਾਮ ਸਤਿਨਾਮ ਜਪੀ ਜਾਵਦੇ ਰਖਦੇ ਖਿਆਲ ਨੂੰ,

ਆਪ ਹਥੀ ਸੇਵਾ ਵਿਚ ਲੀਨ ਰਹਿੰਦੇ ਸੀ ਭੁਲਦੇ ਨਾ ਕਾਰ ਜੀ
ਭਾਨੀ ਮਾਂ ਦੇ ਲਾਲ ਪੁੰਜ ਉਪਕਾਰ ਦੇ ਪੰਜਵੇ ਦਤਾਰ ਜੀ।

ਰਾਮਸਰ ਬੈਠ ਬਾਣੀ ਰਚੀ ਪਾਤਸ਼ਾਹ ਦੁਨੀਆ ਨੂੰ ਤਾਰਦੀ
ਪਾਪੀਆਂ ਦੇ ਪਾਪ ਜਾਵੇ ਬਾਣੀ ਖੰਡਦੀ. ਤਿਖੇ ਤੀਰ ਮਾਰਦੀ,
ਸਾਰਿਆਂ ਨੂੰ ਗਲ ਲਾਉਂਦੇ ਸਚੇ ਪਾਤਸ਼ਾਹ ਰਖਦੇ ਨਾ ਖਾਰ ਜੀ
ਭਾਨੀ ਮਾਂ ਦੇ ਲਾਲ ਪੁੰਜ ਉਪਕਾਰ ਦੇ ਪੰਜਵੇ ਦਤਾਰ ਜੀ।

ਫਿਰ ਆਈ ਗਲ ਜਾਂ ਧਰਮ ਹਿਤ ਦੀ ਹਸ ਦੁਖ ਜਰਾਂਗੇ
ਆਪਣੇ ਸਰੀਰ ਦੀ ਨਿਚੋੜ ਰਤ ਨੂੰ ਉਤੇ ਨੀਂਹ ਧਰਾਂਗੇ,
ਕਦੇ ਵੀ ਧਰਮ ਆਪਣਾ ਨਾ ਛਡਣਾ ਦਈਏ ਸੀਸ ਵਾਰ ਜੀ
ਭਾਨੀ ਮਾਂ ਦੇ ਲਾਲ ਪੁੰਜ ਉਪਕਾਰ ਦੇ ਪੰਜਵੇ ਦਤਾਰ ਜੀ।

ਦੇਕੇ ਸ਼ਹੀਦਾਂ ਨੂੰ ਜਨਮ ਦਾਤਿਆ ਸਿਦਕ ਨਿਭਾ ਗਿਆ
ਮੰਜਲਾ ਨੇ ਦੂਰ ਜਿਉ ਖਜੂਰ ਹੋਵਦੀ ਸਾਨੂੰ ਰਾਹੇ ਪਾ ਗਿਆ,
ਸਰਵਣ ਜਹੇ ਜਸ ਤੇਰੇ ਗਾਉਣ ਦਾਤਿਆ ਕੀਤੇ ਉਪਕਾਰ ਜੀ
ਭਾਨੀ ਮਾਂ ਦੇ ਲਾਲ ਪੁੰਜ ਉਪਕਾਰ ਦੇ ਪੰਜਵੇ ਦਤਾਰ ਜੀ।।

ਮਾਤਾ ਗੰਗਾ ਜੀ ਵੱਲੋਂ ਪੁੱਤਰ ਬਾਬਤ

ਅਰਜੋਈ ਅਤੇ ਸਵਾਲ ਜਵਾਬ

ਤਰਜ

(ਮਿੱਠੜੇ ਨਈਂ ਲਗਦੇ ਬੋਲ)

ਮਾਂ ਗੰਗਾ ਅਰਜ ਗੁਜਾਰੇ
ਸਣਲੋ ਸਤਿਗੁਰ ਮੇਰੇ ਪਿਆਰੇ,
ਪੁਤਾਂ ਬਾਝ ਨਾ ਹੋਰ ਸਹਾਰੇ
ਕਰਦੀ ਬੇਨਤੀ ਮੈ ਹਜ਼ੂਰ,
ਪੁਤਰ ਬਖਸ਼ੋ ਜੀ
ਬਖਸ਼ੋ ਮੈਨੂੰ ਜਰੂਰ,
ਆਈ ਦਰ ਤੇਰੇ
ਆਈ ਦਰ ਤੇਰੇ ਮਜਬੂਰ।

ਅਗੋ ਹਸ ਗੁਰੂ ਜੀ ਬੋਲੇ
ਰਖੇ ਕਦੇ ਅਸਾ ਨਾ ਓਹਲੇ,
ਜਾਉ ਬਾਬੇ ਬੁੱਢੇ ਦੇ ਕੋਲੇ

ਜਿਹੜੇ ਬਾਣੀ ਵਿਚ ਭਰਪੂਰ,
ਪੁਤਰ ਬਖਸ਼ਣ ਗੇ
ਪੁਤਰ ਬਖਸ਼ਣ ਗੇ ਜਰੂਰ,
ਜਾਣਾ ਪੈਣਾ ਏ
ਜਾਣਾ ਪੈਣਾ ਮੰਜਲ ਭਾਵੇ ਦੂਰ।

ਪੁਤਾਂ ਬਾਜ ਨਾ ਤੁਰਦੇ ਅਗੇ
ਮਹਿਲਾਂ ਵਿਚ ਚਿਰਾਗ ਨਾ ਜਗੇ,
ਭਾਗ ਹੋਣ ਲਖਾਂ ਚਾਹੇ ਲਗੇ
ਹੁਦੇ ਸੁਪਨੇ ਚਕਨਾ ਚੂਰ ਜੀ,
ਪੁਤਰ ਬਖਸ਼ੋ ਜੀ
ਪੁਤਰ ਬਖਸ਼ੋ ਜੀ ਜਰੂਰ,
ਆਈ ਦਰ ਤੇਰੇ
ਆਈ ਦਰ ਤੇਰੇ ਮਜਬੂਰ।

ਅਸੀ ਭਾਣੇ ਵਿਚ ਹਾਂ ਰਹਿੰਦੇ
ਤੈਨੂੰ ਸਚੀਆ ਗੰਗਾ ਕਹਿੰਦੇ,
ਪਾਣੀ ਅੰਤ ਨਿਵਾਣੀ ਵਹਿੰਦੇ
ਪੈਦਾ ਸੇਵਾ ਨੂੰ ਹੈ ਬੂਰ,

ਪੁਤਰ ਬਖਸ਼ਣ ਗੇ

ਪੁਤਰ ਬਖਸ਼ਣਗੇ ਜਰੂਰ

ਜਾਣਾ ਪੈਣਾ ਏ

ਜਾਣਾ ਪੈਣਾ ਮੰਜਲ ਭਾਵੇ ਦੂਰ।

ਵਿਧੀ ਸਤਿਗੁਰ ਜੀ ਸਮਝਾਉਂ

ਸਾਨੂੰ ਰਸਤਾ ਉਹ ਦਿਖਾਉ,

ਝੋਲੀ ਖੈਰ ਪੁਤਰ ਦਾ ਪਾਉ

ਕਰਦੀ ਕਰਮੋ ਬਹੁਤ ਮਗਰੂਰ,

ਪੁਤਰ ਬਖਸ਼ੋ ਜੀ

ਪੁਤਰ ਬਖਸ਼ੋ ਜੀ ਜਰੂਰ,

ਆਈ ਦਰ ਤੇਰੇ

ਆਈ ਦਰ ਤੇਰੇ ਮਜਬੂਰ।

ਹਥੀ ਪੀਹ ਕੇ ਆਟਾ ਚਕੀ

ਹੋਵੇ ਕਣਕ ਤੇ ਭਾਵੇਂ ਮਕੀ,

ਕਿਸਮਤ ਹੋਜੂ ਤੇਰੀ ਲੱਕੀ

ਪੈਦਲ ਕਢਣਾ ਪੈਣਾ ਟੂਰ,

ਪੁਤਰ ਬਖਸ਼ਣ ਗੇ

ਪੁਤਰ ਬਖਸ਼ਣਗੇ ਜਰੂਰ,

ਜਾਣਾ ਪੈਣਾ ਏ

ਜਾਣਾ ਪੈਣਾ ਮੰਜਲ ਭਾਵੇ ਦੂਰ।

ਪਹੁੰਚੀ ਬੀੜ ਚ ਕਰ ਤਿਆਰੀ

ਦਸੀ ਵਿਥਿਆ ਮਾਤਾ ਨੇ ਸਾਰੀ,

ਤੁਹਾਨੂੰ ਕਹਿੰਦੇ ਪਰਉਪਕਾਰੀ

ਭਖਦਾ ਮਥੇ ਉਤੇ ਨੂਰ,

ਪੁਤਰ ਬਖਸ਼ੋ ਜੀ

ਬਖਸ਼ੋ ਮੈਨੂੰ ਜਰੂਰ,

ਆਈ ਦਰ ਤੇਰੇ

ਆਈ ਦਰ ਤੇਰੇ ਮਜਬੂਰ।।

ਐਵੇ ਗੁਰਾਂ ਭੁਲੇਖਾ ਪਾਇਆ

ਵਰਤੀ ਸਤਿਗੁਰ ਦੀ ਏ ਮਾਇਆ

ਤੁਹਾਨੂੰ ਮੇਰੇ ਕੋਲ ਘਲਾਇਆ

ਮੈ ਕਾਹਦਾ ਕਰਾਂ ਗਰੂਰ

ਪੁਤਰ ਬਖਸ਼ਣ ਗੇ

ਪੁਤਰ ਬਖਸ਼ਣਗੇ ਜਰੂਰ

ਜਾਣਾ ਪੈਣਾ ਏ

ਜਾਣਾ ਪੈਣਾ ਮੰਜਲ ਭਾਵੇ ਦੂਰ॥

ਗੁਰੂ ਤੇਗ ਬਹਾਦਰ ਸਾਹਿਬ ਦੇ ਚਾਰ ਸੌ ਸਾਲਾ ਸਤਾਬਦੀ ਨੂੰ ਸਮਰਪਿਤ

ਦੋਤਾਰਾ

ਘਰ ਮਾਤਾ ਨਾਨਕੀ ਦੇ
ਹੈ ਸੀ ਭਾਗ ਆਣਕੇ ਲਾਇਆ,
ਦੁਖ ਖੰਡੂ ਦੁਖੀਆ ਦੇ
ਛੇਵੇ ਗੁਰ ਨੇ ਆਖ ਸੁਣਾਇਆ,
ਤਕ ਨੂਰੀ ਚਿਹਰੇ ਤੋ
ਆਪਾਂ ਵਾਰੇ ਸਦਕੇ ਜਾਈਏ,
ਗੁਰੂ ਤੇਗ ਬਹਾਦੁਰ ਦਾ
ਆਉ ਰਲਕੇ ਦਿਵਸ ਮਨਾਈਏ।

ਜਦ ਛੋਟੀ ਉਮਰੇ ਸੀ
ਇਕ ਕੌਤਕ ਗੁਰਾਂ ਰਚਾਇਆ,
ਲਾਹ ਗਲ ਦਾ ਚੋਲਾ ਸੀ
ਹਥੀ ਲੋੜਵੰਦ ਗਲ ਪਾਇਆ,
ਛੇਵੇ ਗੁਰ ਕਹਿੰਦੇ ਨੇ

ਚਲਕੇ ਆਏ ਨਾ ਮੋੜ ਘਲਾਈਏ,
ਗੁਰੂ ਤੇਗ ਬਹਾਦੁਰ ਦਾ
ਆਓਰਲਕੇ ਦਿਵਸ ਮਨਾਈਏ।

ਫਿਰ ਵਿਚ ਬਕਾਲੇ ਦੇ
ਕੀਤੀ ਬਹੁਤ ਤਪੱਸਿਆ ਭਾਰੀ,
ਅਠਵੇਂ ਗੁਰ ਦਿਲੀ ਚੋ
ਦਸਤੀ ਬੋਲਕੇ ਵਿਥਿਆ ਸਾਰੀ,
ਦਰਸ਼ਨ ਜੇ ਕਰਨੇ ਜੀ
ਸੰਗਤੇ ਵਿਚ ਬਕਾਲੇ ਜਾਈਏ,
ਗੁਰੂ ਤੇਗ ਬਹਾਦੁਰ ਦਾ
ਆਓ ਰਲਕੇ ਦਿਵਸ ਮਨਾਈਏ।

ਜਦ ਵਿਚ ਸਾਗਰਾ ਦੇ
ਲਗਾ ਡੁਬਣ ਸ਼ਾਹ ਦਾ ਬੇੜਾ,
ਹਥ ਬੰਨਕੇ ਅਰਜ ਕਰੇ
ਤੁਧ ਬਿਨ ਹੋਰ ਸਹਾਰਾ ਕਿਹੜਾ,
ਜੇ ਬੰਨੇ ਲਾ ਦੇਵੋ
ਪੰਜ ਸੌ ਮੋਹਰਾਂ ਭੇਟ ਚੜ੍ਹਾਈਏ,

ਗੁਰੂ ਤੇਗ ਬਹਾਦੁਰ ਦਾ
ਆਓ ਰਲਕੇ ਦਿਵਸ ਮਨਾਈਏ।

ਦਰਸ਼ਨ ਕਰ ਹਰਿਮੰਦਰ ਦੇ
ਆਸਣ ਲਾਇਆ ਸਤਿਗੁਰ ਵਲੇ,
ਕਦੇ ਖਾਲੀ ਹੋਵਣ ਨਾ
ਭਰੇ ਰਹਿਣ ਗੁਰੂ ਦੇ ਗਲੇ,
ਮਾਈਆ ਰਬ ਰਜਾਈਆ ਨੇ
ਐਵੇ ਦਿਲ ਨਾ ਝੋਰਾ ਲਾਈਏ
ਗੁਰੂ ਤੇਗ ਬਹਾਦੁਰ ਦਾ
ਆਓ ਰਲਕੇ ਦਿਵਸ ਮਨਾਈਏ।

ਗੁਰ ਪਟਨੇ ਅਸਾਮ ਵਿਚੋਂ
ਚਲਕੇ ਅਨੰਦਪੁਰ ਸ਼ਹਿਰ ਵਸਾਇਆ,
ਅਸੀਂ ਦੁਖੀਏ ਸਤਿਗੁਰ ਜੀ
ਆਕੇ ਪੰਡਤਾਂ ਆਖ ਸੁਣਾਇਆ,
ਗੋਬਿੰਦ ਘਰ ਸਾਂਭ ਲਵੀ
ਆਪਾਂ ਧਰਮ ਲਈ ਆਪਾ ਲਾਈਏ,
ਗੁਰੂ ਤੇਗ ਬਹਾਦੁਰ ਦਾ

ਆਓ ਰਲਕੇ ਦਿਵਸ ਮਨਾਈਏ।

ਸਰਵਣ ਜਗ ਤਾਰਨ ਲਈ

ਆਏ ਬਣਕੇ ਪਰ ਉਪਕਾਰੀ,

ਅਜ ਚਾਰ ਸੌ ਸਾਲਾ ਨੂੰ

ਖਲਕਤ ਸਿਜਦੇ ਕਰਦੀ ਸਾਰੀ,

ਏ ਮੌਕਾ ਲਭਣਾ ਨਾ

ਐਵੇ ਵੇਲਾ ਨਾ ਖੁੰਝਾਈਏ,

ਗੁਰੂ ਤੇਗ ਬਹਾਦੁਰ ਦਾ

ਆਓ ਰਲਕੇ ਦਿਵਸ ਮਨਾਈਏ।।

ਕਾਦਰ ਦੀ ਕੁਦਰਤ ਦਾ ਕੋਈ ਅੰਤ ਨਹੀ

ਤਰਜ ਛੰਦ

ਮੈ ਸੌ ਵਾਰੀ ਵੀ ਜਨਮ ਲਵਾਂ
ਤੇਰਾ ਕਰਜ ਚੁਕਾਇਆ ਨਹੀ ਜਾਣਾ,
ਹਰ ਸਾਹ ਨਾਲ ਤੇਰਾ ਨਾਮ ਲਵਾਂ
ਅੰਤ ਤੇਰਾ ਪਾਇਆ ਨਹੀ ਜਾਣਾ।

ਤੂੰ ਘਟ ਘਟ ਅੰਦਰ ਵਸਦਾ ਏ
ਸਭ ਤੇਰਾ ਹੀ ਪਸਾਰਾ ਏ,
ਦਿਨ ਰਾਤ ਬਣਾਕੇ ਖੇਡ ਰਿਹਾ
ਨਾ ਆਉਦਾ ਪਾਰਾ ਵਾਰਾ ਏ।

ਲਖ ਜੀਬਾਂ ਭਾਵੇ ਹਰ ਜਾਵਣ
ਜਸ ਤੇਰਾ ਗਾਇਆ ਨਹੀ ਜਾਣਾ,
ਹਰ ਸਾਹ ਨਾਲ ਤੇਰਾ ਨਾਮ ਲਵਾਂ
ਅੰਤ ਤੇਰਾ ਪਾਇਆ ਨਹੀ ਜਾਣਾ।

ਇਹ ਜੁਗਾ ਤੋ ਭਗਤੀ ਹੋ ਰਹੀ
ਪਰ ਲਭ ਸਕੇ ਨਾ ਜੋਗੀ ਨੇ,

ਕਈ ਮਸਤ ਦੀਵਾਨੇ ਹੋ ਤੁਰਗੇ
ਕਈ ਨਾਮ ਤੇਰੇ ਦੇ ਰੋਗੀ ਨੇ।

ਹਰ ਰਾਗ ਦਾ ਭਾਵੇਂ ਮਾਹਰ ਹੋਵਾਂ
ਧੁਰ ਅੰਦਰੋ ਗਾਇਆ ਨਹੀ ਜਾਣਾ,
ਹਰ ਸਾਹ ਨਾਲ ਤੇਰਾ ਨਾਮ ਲਵਾਂ
ਅੰਤ ਤੇਰਾ ਪਾਇਆ ਨਹੀ ਜਾਣਾ।

ਕਿਤੇ ਵਿਚ ਪਹਾੜਾਂ ਖੇਲ ਤੇਰਾ
ਕਈ ਵਗਦੀਆ ਵਿਚੋ ਨਦੀਆਂ ਨੇ,
ਰੂਹ ਵਾਂਗ ਬੰਬੀਹੇ ਕੂਕ ਰਹੀ
ਜੁਦਾ ਹੋਈ ਨੂੰ ਹੋਈਆ ਸਦੀਆਂ ਨੇ।

ਤੇਰੇ ਚਲਦੇ ਝਰਨੇ ਮਿਹਰਾਂ ਦੇ
ਸਾਥੋ ਬੰਨ ਲਗਾਇਆ ਨਹੀਂ ਜਾਣਾ ,
ਹਰ ਸਾਹ ਨਾਲ ਤੇਰਾ ਨਾਮ ਲਵਾਂ
ਅੰਤ ਤੇਰਾ ਪਾਇਆ ਨਹੀ ਜਾਣਾ।

ਕੋਈ ਸੇਵਾ ਰਾਹੀਂ ਲਭ ਰਿਹਾ

ਕਈ ਨਾਮ ਤੇਰੇ ਨੂੰ ਰਟਦੇ ਨੇ,
ਕਈ ਮਾਇਆ ਧਰਕੇ ਦਰ ਤੇਰੇ
ਦੁਨੀਆਂ ਚੋ ਵਾਹ ਵਾਹ ਖਟਦੇ ਨੇ।

ਗਲ ਘੁਟਕੇ ਭੋਲੀ ਦੁਨੀਆਂ ਦਾ
ਤੈਨੂੰ ਮਨਾਇਆ ਨਹੀਂ ਜਾਣਾ,
ਹਰ ਸਾਹ ਨਾਲ ਤੇਰਾ ਨਾਮ ਲਵਾਂ
ਅੰਤ ਤੇਰਾ ਪਾਇਆ ਨਹੀ ਜਾਣਾ।

ਕੋਈ ਅਲਾ ਵਾਹਿਗੁਰੂ ਰਾਮ ਕਹੇ
ਕਈ ਲਗੇ ਪੂਜਣ ਕਬਰਾਂ ਨੂੰ,
ਤੇਰੀ ਤਾਂ ਕੋਈ ਜਾਤ ਨਹੀਂ
ਫਲ ਲਾਵੇਂ ਦਾਤਾ ਸਬਰਾਂ ਨੂੰ।

ਮੈ ਮੇਰੀ ਜਾਲ ਵਿਛਾਇਆ ਏ
ਪਰ ਤੈਨੂੰ ਫਸਾਇਆ ਜਾਣਾ ਨਹੀਂ,
ਹਰ ਸਾਹ ਨਾਲ ਤੇਰਾ ਨਾਮ ਲਵਾਂ
ਅੰਤ ਤੇਰਾ ਪਾਇਆ ਨਹੀ ਜਾਣਾ।

ਖੈਰਾਂ ਦੀ ਝੋਲੀ ਅਡ ਬੈਠਾ

ਇਕ ਕਿਨਕਾ ਪਾ ਗਰੀਬਾਂ ਨੂੰ,

ਇਹ ਜਨਮ ਸੁਹੇਲਾ ਕਰ ਦੇਵੋ

ਕੋਸੇ ਸਰਵਣ ਨਾਂ ਨਸੀਬਾਂ ਨੂੰ।

ਜੇ ਇਸ ਜਨਮ ਵਿਚ ਮਿਲਿਆ ਨਾ

ਮੁੜ ਜਲਦੀ ਆਇਆ ਜਾਣਾ ਨਹੀਂ,

ਹਰ ਸਾਹ ਨਾਲ ਤੇਰਾ ਨਾਮ ਲਵਾਂ

ਅੰਤ ਤੇਰਾ ਪਾਇਆ ਨਹੀ ਜਾਣਾ॥

ਅਨੰਦਪੁਰ ਸਾਹਿਬ ਦੇ ਚੋਜ

ਸ਼ੇਅਰ

ਅਨੰਦਪੁਰ ਸਾਹਿਬ ਸਦਾ ਵਰਤਦੇ ਅਨੰਦ ਰਹਿੰਦੇ
ਗੁਰੂ ਸਹਿਬ ਆਪ ਜਿਥੇ ਚੋਜ ਵਰਤਾਇਆ ਸੀ,
ਰਾਜਿਆ ਤੇ ਰਾਣਿਆ ਦੇ ਵੇਖ ਵੇਖ ਦਿਲ ਕੰਬੇ
ਨੰਦ ਚੰਦ ਕੋਲੋ ਜਦ ਨਗਾਰਾ ਮੁੜਵਾਇਆ ਸੀ,
ਬਾਈਧਾਰ ਪਹਾੜੀਆਂ ਦੇ ਵਿਚੋ ਅਕਾਲ ਹੀ ਅਕਾਲ ਗੂੰਜੇ
ਸਿੰਘਾ ਜਦੋ ਨਗਾਰੇ ਉਤੇ ਚੋਟਾ ਤਾਈਂ ਲਾਇਆ ਸੀ,
ਆਈ ਸੀ ਵਿਸਾਖੀ ਜਦ ਉਚੀ ਗੁਰਦੇਵ ਬੋਲੇ
ਸੀਸ ਵਾਲੀ ਮੰਗ ਨੂੰ ਗੁਰਾਂ ਨੇ ਦੁਹਰਾਇਆ ਸੀ,
ਅੱਸੀ ਹਜਾਰ ਇਕਠ ਵਿਚੋ ਨਿਤਰੇ ਪਤੰਗੇ
ਪੰਜ ਵਾਰ ਵਾਰ ਸੀਸ ਲਾਹ ਕੇ ਪੰਥ ਨੂੰ ਸਜਾਇਆ ਸੀ,
ਇਕ ਹਥ ਖੰਡਾ ਦੂਜੇ ਮਾਲਾ ਨੂੰ ਫੜਾ ਕੇ ਬੋਲੇ
ਹੌਸਲੇ ਬੁਲੰਦ ਸੰਤ ਸਿਪਾਹੀ ਵਡਿਆਇਆ ਸੀ,
ਆਈ ਜਦ ਹੋਲੀ ਕਹਿੰਦੇ ਦੇਸ਼ ਸੀ ਮਨਾਉਣ ਲਗਾ
ਖੜ ਦਸ਼ਮੇਸ਼ ਜੀ ਨੇ ਸਿੰਘਾਂ ਨੂੰ ਬੁਲਾਇਆ ਸੀ,
ਕੱਡ ਲਵੇ ਹਾਥੀ ਘੋੜੇ ਹੋ ਜਾਓ ਤਿਆਰ ਸਿੰਘੋ
ਜਿਤ ਪ੍ਰਤੀਕ ਗੁਰਾਂ ਹੋਲਾ ਮੁਹੱਲਾ ਕਢਵਾਇਆ ਸੀ,

ਅਜੇ ਤਕ ਰੀਤ ਰਖੀ ਖਾਲਸੇ ਨੇ ਕਾਇਮ ਪੂਰੀ

ਜਿਹੜੀ ਰੀਤ ਤਾਈਂ ਸਿੰਘਾਂ ਅਨੰਦਪੁਰ ਅਪਨਾਇਆ ਸੀ,

ਸਜਦੇ ਮਹਲੇ ਅਨੰਦਪੁਰ ਤੇ ਹਜ਼ੂਰ ਸਹਿਬ

ਤਕਣ ਨਜਾਰਾ ਸਰਵਣ ਕਈ ਵਾਰ ਆਇਆ ਸੀ।।

ਸ੍ਰੀ ਗੁਰੂ ਗ੍ਰੰਥ ਸਾਹਿਬ ਦੀ ਮਹਿਮਾ ਅਤੇ

ਦਸ਼ਮੇਸ ਪਿਤਾ ਦਾ ਕੌਮ ਨੂੰ ਉਪਦੇਸ਼

ਕੋਰੜਾ ਛੰਦ

ਬਾਜਾਂ ਵਾਲੇ ਕਰਤਾ ਹੁਕਮ ਪੰਥ ਨੂੰ
ਸਿਖੋ ਗੁਰੂ ਮੰਨਣਾ ਗੁਰੂ ਗਰੰਥ ਨੂੰ,
ਸਿਖਿਆ ਨੂੰ ਕਦੇ ਮਨ ਚੋ ਭਲਾਓਣਾ ਨਹੀਂ
ਥਾਂ ਥਾਂ ਤੇ ਸਿਖੋ ਸੀਸ ਨੂੰ ਝੁਕਾਉਣ ਨਹੀਂ।

ਪਹਿਲੇ ਗੁਰੂ ਸਹਿਬ ਇਹ ਬਾਣੀ ਰਚੀ ਏ
ਧੁਰ ਦਰਗਾਹੋ ਆਈ ਇਹ ਬਾਣੀ ਸਚੀ ਏ,
ਇਸ ਬਿਨਾ ਬੰਦੇ ਬੇੜਾ ਪਾਰ ਹੋਣਾ ਨਹੀਂ
ਥਾਂ ਥਾਂ ਤੇ ਸਿਖੋ ਸੀਸ ਨੂੰ ਝੁਕਾਉਣ ਨਹੀਂ।

ਬਾਕੀ ਸਾਰੇ ਗੁਰੂਆਂ ਦਾ ਏ ਰੂਪ ਆ
ਸਨ ਮੁਖ ਸਾਡੇ ਆਦਿ ਜੋ ਸਰੂਪ ਆ,
ਇਸ ਤੁਲ ਸਾਨੂੰ ਕਿਸੇ ਸਮਝਾਉਣਾ ਨਹੀਂ
ਥਾਂ ਥਾਂ ਤੇ ਸਿਖੋ ਸੀਸ ਨੂੰ ਝੁਕਾਉਣ ਨਹੀਂ।
ਬਹੁਤ ਵਡਿਆਇਆ ਭਗਤਾਂ ਤੇ ਭਟਾਂ ਨੂੰ

ਲੜੀ ਚ ਪਰੋਇਆ ਛੀਬੇ ਨਾਂਈ ਜਟਾਂ ਨੂੰ,
ਹੋਰ ਕਿਸੇ ਏਦਾਂ ਸਾਨੂੰ ਗਲ ਲਾਉਣਾ ਨਹੀਂ
ਥਾਂ ਥਾਂ ਤੇ ਸਿਖੋ ਸੀਸ ਨੂੰ ਝੁਕਾਉਣ ਨਹੀਂ।

ਜਾਤ ਪਾਤ ਵਾਲੇ ਰੇੜਕੇ ਮਕਾਉਦੀ ਏ
ਭੁਲਿਆ ਦੇ ਤਾਂਈ ਸਿਧੇ ਰਾਹੇ ਪਾਉਂਦੀ ਏ,
ਬਾਣੀ ਬਿਨਾਂ ਸਿਧੇ ਰਾਹੇ ਕਿਸੇ ਪਾਉਣਾ ਨਹੀਂ
ਥਾਂ ਥਾਂ ਤੇ ਸਿਖੋ ਸੀਸ ਨੂੰ ਝੁਕਾਉਣ ਨਹੀਂ।

ਹਜੂਰ ਸਹਿਬ ਗੁਰੂ ਸਿਖਾਂ ਤਾਈਂ ਦਸਦੇ
ਏਹਦੇ ਵਿਚ ਸਾਰੇ ਸਿੰਘੋ ਗੁਰੂ ਵਸਦੇ,
ਦੇਹਧਾਰੀ ਗੁਰੂ ਕਦੇ ਅਪਨਾਉਣਾ ਨਹੀਂ
ਥਾਂ ਥਾਂ ਤੇ ਸਿਖੋਂ ਸੀਸ ਨੂੰ ਝੁਕਾਉਣ ਨਹੀਂ।

ਤਨੋ ਮਨੋ ਜਿਹੜਾ ਕਰੂ ਸਤਿਕਾਰ ਜੀ
ਮੰਝ ਧਾਰ ਵਿਚੋ ਕਰੂ ਉਹਨੂੰ ਪਾਰ ਜੀ,
ਸਰਵਣ ਸਿੰਘਾਂ ਜਸ ਕਰ ਦਿਲ ਢਾਹੁਣਾ ਨਹੀਂ
ਥਾਂ ਥਾਂ ਤੇ ਸਿਖੋ ਸੀਸ ਨੂੰ ਝੁਕਾਉਣ ਨਹੀਂ।।

ਬਾਬਾ ਬੁੱਢਾ ਸਾਹਿਬ ਜੀ ਜੀਵਨ ਨੂੰ ਸਮਰਪਿਤ

ਕੋਰੜਾ ਛੰਦ

ਕਥੂ ਨੰਗਲ ਧਰਤੀ ਦੇ ਆ ਭਾਗ ਜਗਾਏ ਨੇ
ਮਾਂ ਗੌਰਾਂ ਤੇ ਸੁਘਾ ਜੀ ਦੇ ਘਰ ਵਿਚ ਆਏ ਨੇ,
ਲੋਕੀ ਵੇਖਣ ਆਓਦੇ ਐਸੀ ਰੂਹ ਮਹਾਨੀ ਨੂੰ
ਹਥ ਜੋੜਕੇ ਬੰਦਨਾ ਮੇਰੀ ਬ੍ਰਹਮ ਗਿਆਨੀ।

ਰਬ ਨੇ ਕੀਤੀ ਰਹਿਮਤ ਵੇਖੋ ਕਲੀਆਂ ਖਿਲੀਆ ਨੇ
ਵਡੇ ਭਾਗਾਂ ਨਾਲ ਹੀ ਕਹਿੰਦੇ ਖੁਸ਼ੀਆਂ ਮਿਲੀਆ ਨੇ,
ਸੁਣਕੇ ਖਬਰਾਂ ਖੁਸ਼ੀਆ ਚੜੀਆ ਦਾਦੀ ਨਾਨੀ ਨੂੰ
ਹਥ ਜੋੜ ਕੇ ਬੰਦਨਾ ਮੇਰੀ ਬ੍ਰਹਮ ਗਿਆਨੀ ਨੂੰ।

ਰਖ ਕੇ ਬੂੜਾ ਨਾਮ ਤੇ ਮਾਪੇ ਖੁਸ਼ੀ ਮਨਾਓਦੇ ਨੇ
ਦਰ ਆਇਆ ਦੀ ਖੁਸ਼ੀਆਂ ਦੇ ਨਾਲ ਸੇਵ ਕਮਾਓਦੇ ਨੇ,
ਕੋਈ ਝਾਕ ਨਾ ਰਖਦੇ ਲਾਭ ਤੇ ਨਾਲੇ ਹਾਨੀ ਨੂੰ
ਹਥ ਜੋੜਕੇ ਬੰਦਨਾ ਮੇਰੀ ਬ੍ਰਹਮ ਗਿਆਨੀ ਨੂੰ।

ਵਡਾ ਹੋ ਕੇ ਹਥ ਵਟਾਊ ਕੰਮਾਂ ਕਾਰਾ ਨੂੰ
ਮਾਪੇ ਬੈਠੇ ਦਿਲ ਦੇ ਅੰਦਰ ਕਰਨ ਵਿਚਾਰਾਂ ਨੂੰ,

ਨਾਲੇ ਡੰਗਰ ਚਾਰੂ ਰਖੂ ਦੂਰ ਖੁਨਾਮੀ ਨੂੰ
ਹਥ ਜੋੜਕੇ ਬੰਦਨਾ ਮੇਰੀ ਬ੍ਰਹਮ ਗਿਆਨੀ ਨੂੰ।

ਚਲਕੇ ਪਿੰਡੋ ਮਾਪੇ ਰਾਵੀ ਕੰਡੇ ਆਏ ਸੀ
ਇਥੇ ਹੀ ਗੁਰੂ ਨਾਨਕ ਜੀ ਦੇ ਦਰਸ਼ਨ ਪਾਏ ਸੀ
ਮੌਤੋ ਡਰ ਹੈ ਲਗਦਾ ਕਹਿੰਦੇ ਬੋਲ ਕਹਾਨੀ ਨੂੰ
ਹਥ ਜੋੜਕੇ ਬੰਦਨਾ ਮੇਰੀ ਬ੍ਰਹਮ ਗਿਆਨੀ ਨੂੰ।

ਵੇਖਣ ਨੂੰ ਤਾਂ ਲਗਦਾ ਕਾਕਾ ਤੂੰ ਨਿਆਣਾ ਏ
ਗਲੀ ਬਾਤੀ ਜਾਪੇ ਮੈਨੂੰ ਬਹੁਤ ਸਿਆਣਾ ਏ,
ਛੋਟੀ ਉਮਰੇ ਕਿਥੋ ਸਿਖਿਆ ਹੈ ਵਿਦਵਾਨੀ ਨੂੰ
ਹਥ ਜੋੜਕੇ ਬੰਦਨਾ ਮੇਰੀ ਬ੍ਰਹਮ ਗਿਆਨੀ ਨੂੰ।

ਲੰਬੀ ਉਮਰ ਤੇ ਬੁਢਾ ਕਹਿਕੇ ਸਤਿਗੁਰ ਹਸਦੇ ਨੇ
ਬਹੁਤ ਸੇਵਾ ਹੈ ਲੈਣੀ ਦਾਤੇ ਏਦਾਂ ਦਸਦੇ ਨੇ,
ਸਰਵਣ ਦੁਨੀਆਂ ਪੂਜੂ ਪੁਤਰਾਂ ਦੇ ਦਾਨੀ ਨੂੰ
ਹਥ ਜੋੜਕੇ ਬੰਦਨਾ ਮੇਰੀ ਬ੍ਰਹਮ ਗਿਆਨੀ ਨੂੰ।।

ਗੁਰੂ ਨਾਨਕ ਜੀ ਦਾ ਵਿਆਹ ਤੇ ਕੰਧ ਦਾ ਬਿਰਤਾਂਤ

ਕੋਰੜਾ ਛੰਦ

ਜੰਝ ਜਦੋਂ ਵੇਖੀ ਸਾਧੂ ਸੰਤਾਂ ਪੀਰਾ ਦੀ
ਨਾਨਕ ਨੇ ਵਿਖਾਈ ਕਰਕੇ ਫਕੀਰਾਂ ਦੀ,
ਸਭ ਕੁਝ ਤਕ ਮੂਲੇ ਗੁੱਸਾ ਖਾ ਲਿਆ
ਕੰਧ ਥਲੇ ਦੇਣਾਂ ਮਤਾ ਸੀ ਪਕਾ ਲਿਆ।

ਉਝ ਕਹਿੰਦੇ ਪਿਤਾ ਏਦਾ ਪਟਵਾਰੀ ਏ
ਕੰਗਲੇ ਗਰੀਬਾਂ ਨਾਲ ਏਹਦੀ ਯਾਰੀ ਏ,
ਸਾਕ ਕੀ ਨਿਭਾਓਣਾ ਗਲ ਫਾਹ ਪਾ ਲਿਆ
ਕੰਧ ਥਲੇ ਦੇਣਾਂ ਮਤਾ ਸੀ ਪਕਾ ਲਿਆ।

ਮਤੇ ਨੂੰ ਪਕਾਉਣ ਚਲ ਆਈਆ ਬੁੜੀਆ
ਰਲ ਗਈਆ ਸਭ ਬੂੜੀਆ ਤੇ ਕੁੜੀਆਂ,
ਸੋਚਕੇ ਤੇ ਮੰਜਾ ਕੰਧ ਹੇਠ ਡਾਹ ਲਿਆ
ਕੰਧ ਥਲੇ ਦੇਣਾਂ ਮਤਾ ਸੀ ਪਕਾ ਲਿਆ।

ਸਿਹਰੇ ਲਾ ਕੇ ਬਾਬਾ ਜਦ ਆਣ ਢੁਕਿਆ
ਮੂਲ ਚੰਦ ਸਾਕਾ ਵਾਲਾ ਸਾਹ ਸੁਕਿਆ,
ਖੁਸ਼ੀਆਂ ਦੀ ਥਾਂ ਉਹਨਾਂ ਗਮ ਖਾ ਲਿਆ
ਕੰਧ ਥਲੇ ਦੇਣਾਂ ਮਤਾ ਸੀ ਪਕਾ ਲਿਆ।

ਕਾਲੂ ਸਮਝਾਇਆ ਕੁਝ ਨਾਹੀ ਪੁਤ ਨੂੰ
ਜਾਣ ਬੁਝ ਸਾਡੀ ਕਿਉਂ ਉਜਾੜੇ ਰੁਤ ਨੂੰ,
ਸੁਲਖਣੀ ਨੂੰ ਅਸਾ ਚਾਵਾਂ ਨਾਲ ਪਾ ਲਿਆ
ਕੰਧ ਥਲੇ ਦੇਣਾਂ ਮਤਾ ਸੀ ਪਕਾ ਲਿਆ।

ਤਕ ਕੇ ਜੰਞ ਸਾਡੇ ਦਿਲ ਦੁਖੇ ਨੇ
ਗਿਲੇ ਗੋਹੇ ਵਾਂਗੂੰ ਸੀਨੇ ਸਾਡੇ ਧੁਖੇ ਨੇ,
ਕਰਕੇ ਤੇ ਸਾਕ ਅਸੀ ਪਛ ਤਾ ਲਿਆ
ਕੰਧ ਥਲੇ ਦੇਣਾਂ ਮਤਾ ਸੀ ਪਕਾ ਲਿਆ।

ਤਕ ਕੇ ਸਕੀਮ ਮਾਤਾ ਚਲ ਆਈ ਏ
ਕੰਧ ਡਿਗ ਪੈਣੀ ਦੇਦੀ ਇਓ ਦੁਹਾਈ ਏ,
ਲਾੜ੍ਹੇ ਤਾਈ ਜਦ ਮਾਤਾ ਨੇ ਤਕਾ ਲਿਆ

ਕੰਧ ਥਲੇ ਦੇਣਾਂ ਮਤਾ ਸੀ ਪਕਾ ਲਿਆ।

ਨਾਨਕ ਨੇ ਹਸ ਅਗੋ ਗਲ ਆਖੀ ਏ
ਕਚੀ ਕੰਧ ਸਾਡੀ ਮਾਤਾ ਬਣੂੰ ਸਾਖੀ ਏ,
ਸਰਵਣ ਨੇ ਵਿਆਹ ਵਾਲਾ ਛੰਦ ਗਾ ਲਿਆ
ਕੰਧ ਥਲੇ ਦੇਣਾਂ ਮਤਾ ਸੀ ਪਕਾ ਲਿਆ।।

ਇੱਕ ਗੁਰੂ ਘਰ ਦੇ ਦੋਖੀ ਵੱਲੋਂ ਹਰਿਮੰਦਰ ਸਾਹਿਬ ਤੇ ਟਿਪਣੀ ਅਤੇ ਕਵੀ ਵੱਲੋਂ ਜਵਾਬ

ਤਰਜ ਛੰਦ

ਅਖੀ ਤਕਲੋ ਇਕ ਵਾਰੀ ਜਾ ਕੇ ਹਰਿਮੰਦਰ ਨੂੰ
ਮੁੜਕੇ ਤਕਿਉ ਵਿਦਵਾਨੇ ਤੁਸੀਂ ਆਪਣੇ ਅੰਦਰ ਨੂੰ,
ਲੱਖਾਂ ਸਿਰਾਂ ਦੀ ਸਿੰਘਾ ਉਥੇ ਭੇਟਾ ਚਾੜ੍ਹੀ ਏ
ਬਿਨ ਮਤਲਬ ਤੋ ਨਿੰਦਾ ਕਰਨੀ ਹੁੰਦੀ ਮਾੜ੍ਹੀ ਏ।

ਪਿੰਗਲਾ ਨੇ ਜਦ ਹਥ ਪਾ ਲਿਆ ਬੇਰੀ ਦੀ ਟਾਹਣੀ ਨੂੰ
ਰਜਨੀ ਵਾਲੀ ਪੜ੍ਹਲੋ ਕਹਿੰਦੇ ਸਭ ਕਹਾਣੀ ਨੂੰ,
ਦਰਸ਼ਨ ਕਰਕੇ ਸਤਿਗੁਰ ਦੇ ਭਰਪੂਰ ਹੋ ਗਿਆ ਸੀ
ਇਕੋ ਟੁਬੀ ਲਾਈ ਦੁਖੜਾ ਦੂਰ ਹੋ ਗਿਆ ਸੀ।

ਜਿਥੋ ਕਾਲੇ ਕਾਗਾ ਕਹਿੰਦੇ ਰੰਗ ਵਟਾਇਆ ਜੇ
ਉਸ ਜਗਾ ਤੇ ਸਤਿਗੁਰ ਨੇ ਤਲਾਬ ਬਣਾਇਆ ਜੇ,
ਅਜ ਵੀ ਦੁਖੀਏ ਹੁੰਦੇ ਓਥੋ ਬਹੁਤੇ ਰਾਜੀ ਨੇ
ਚਾਰੇ ਪਾਸੇ ਜਿਹੜੇ ਹਰ ਕੇ ਆਏ ਬਾਜੀ ਨੇ।

ਜਿਹੜੀ ਕਿਧਰੇ ਸੁਲਝੇ ਨਾ ਬੰਦੇ ਦੀ ਤਾਣੀ ਜੀ
ਵਿਚ ਹਰਿਮੰਦਰ ਬਹਿਕੇ ਸੁਣਲੇ ਉਹ ਗੁਰਬਾਣੀ ਜੀ,
ਵਿਚ ਸਰੋਵਰ ਲਗਦੇ ਬਹੁਤੇ ਰੰਗ ਤਰੰਗਾਂ ਨੂੰ
ਸੇਵਾ ਤਾਂਈ ਮੇਵਾ ਲਾਉਦੇ ਸਤਿਗੁਰ ਮੰਗਾਂ ਨੂੰ।

ਪਹਿਲਾਂ ਪੰਗਤ ਪਾਛੇ ਸੰਗਤ ਗੁਰ ਜੀ ਫੁਰਮਾ ਗਏ ਨੇ
ਵੀਹ ਰੁਪਿਈਆ ਵਾਲਾ ਤਾਹੀਓਂ ਲੰਗਰ ਲਾ ਗਏ ਨੇ,
ਜਾਤ ਪਾਤ ਦਾ ਸਤਿਗੁਰ ਜੀ ਨੇ ਜਬ ਮੁਕਾਇਆ ਸੀ
ਰੰਕ ਤੇ ਰਾਜਾ ਦਾਤੇ ਇਕੋ ਥਾਂ ਬਿਠਾਇਆ ਸੀ।

ਸ਼ਹਿਰ ਤੋ ਨੀਵਾਂ ਰਖਿਆ ਵੇਖੋ ਜੀ ਹਰਿਮੰਦਰ ਨੂੰ
ਦਿਲ ਕਰਦਾ ਹੈ ਤਕੀ ਜਾਈਏ ਸਚੇ ਮੰਦਰ ਨੂੰ,
ਸਚੀ ਬਾਣੀ ਦਿੰਦੀ ਦਿਲ ਨੂੰ ਹੈ ਧਰਵਾਸੇ ਜੀ
ਰਬੀ ਨੂਰ ਨਜਾਰੇ ਦਿਸਦੇ ਚਾਰੇ ਪਾਸੇ ਜੀ।

ਕਈ ਹਮਲਾਵਰ ਆਏ ਚੜਕੇ ਪਰ ਏ ਢਹਿਣਾ ਨਾ
ਨਿੰਦਾ ਬੜੀ ਪਿਆਰੀ ਨਿੰਦਕ ਟਿਕ ਕੇ ਬਹਿਣਾ ਨਾ,
ਸਰਵਣ ਕਹਿੰਦਾ ਕਰੋ ਟਿਕਾਣੇ ਆਪਣੀ ਬੁਧ ਲੋਕੋ
ਖੂਨ ਕਿਉ ਨਾ ਦਿਸਦਾ ਤੁਹਾਨੂੰ ਰੜਕੇ ਦੁਧ ਲੋਕੋ।।

ਕਵੀ ਦਾ ਮੰਤਵ ਕਿਸੇ ਦੇ ਦਿਲ ਨੂੰ ਦੁਖ ਦੇਣਾ ਨਹੀਂ ਪਰ ਜਿਹੜੇ ਸ਼ੋਸ਼ਲ ਮੀਡੀਏ ਰਾਹੀਂ ਸਚਖੰਡ ਸ੍ਰੀ ਹਰਿਮੰਦਰ ਸਾਹਿਬ ਦੀ ਮਰਿਆਦਾ ਜਾ ਸੇਵਾ ਤੇ ਕਿੰਤੂ ਪਰੰਤੂ ਕਰਦੇ ਉਹਨਾਂ ਨੂੰ ਇਕ ਕਵਿਤਾ ਰਾਹੀਂ ਬੇਨਤੀ ਹੈ ਕਿ ਪ੍ਰਕਰਮਾ ਵਿਚ ਜਦੋ ਚਲਦੇ ਹੋ ਤਾਂ ਇਕ ਇਕ ਕਦਮ ਵਾਹਿਗੁਰੂ ਬੋਲਿਆ ਕਰੋ ਕਿਉਂਕਿ ਹਰ ਕਦਮ ਦੇ ਥਲੇ ਸ਼ਹੀਦਾ ਦਾ ਖ਼ੂਨ ਡੁਲਿਆ ਹੈ ਤਾਹੀਓਂ ਤਾਂ ਅਜ ਖੁਲੇ ਦਰਸ਼ਨ ਦੀਦਾਰ ਨਸੀਬ ਹੁੰਦੇ ਸਾਨੂੰ ਮਾਫ ਕਰਨਾ ਜੀ।।

ਦਸਤਾਰ ਬਾਬਤ ਵਿਰੋਧੀ ਵੱਲੋ ਟਿਪਣੀ ਦਾ ਜਵਾਬ

ਕੋਰੜਾ ਛੰਦ

ਜਿਤ ਦੇ ਪਲੇਅਰ ਕਾਬੂ ਕੀਤੇ ਕਿਥੇ ਜਾਫੀਆਂ
ਉਗਲ ਉਠਾਉਂਦੇ ਪਹਿਲਾਂ ਮੁੜ ਮੰਗਦੇ ਨੇ ਮਾਫੀਆ,
ਪਤਾ ਨਹੀਂ ਕੀ ਦਸਣਾ ਏ ਚਾਹੁੰਦੇ ਸਾਰੇ ਜਗ ਨੂੰ
ਆਪਣੀ ਤਾਂ ਸਾਂਭੀ ਨਹੀਉ ਹਥ ਪਾਵੇ ਪਗ ਨੂੰ।

ਦਾੜ੍ਹੀ ਕਤਰਾਈ ਹੋਈ ਰਖੀ ਕੋਈ ਮੁਛ ਨਾ
ਅਣਖਾਂ ਦੇ ਰਾਖਿਆਂ ਤੋ ਕਿਰਦਾਰ ਫਿਰੇ ਹਥ ਪੁਛਨਾ,
ਨਲੂਏ ਦੇ ਵਾਰਸ ਹਥ ਪਾਉਂਦੇ ਸਿਧਾ ਰਗ ਨੂੰ
ਆਪਣੀ ਤਾਂ ਸਾਭੀ ਨਹੀਉ ਹਥ ਪਾਵੇ ਪਗ ਨੂੰ।

ਜੰਗ ਦੇ ਮੈਦਾਨੇ ਜਿਹੜੇ ਇਜਤਾਂ ਬਚਾਉਦੇ ਨੇ
ਵੈਰੀਆਂ ਦੀ ਪਗ ਕਦੇ ਸੂਰਮੇ ਨਾ ਲਾਹੁੰਦੇ ਨੇ,
ਜਹਿਰਾਂ ਭਰੇ ਨਾਗ ਤਕ ਨਾ ਹਥ ਪਾਵੀ ਨਗ ਨੂੰ
ਆਪਣੀ ਤਾਂ ਸਾਭੀ ਨਹੀਉ ਹਥ ਪਾਵੇ ਪਗ ਨੂੰ।

ਆਪ ਨਹੀਉ ਵਿਕੇ ਜਿਹੜਾ ਸੰਸਾਰ ਉਹਨੂੰ ਪੂਜਦਾ

ਨਿਰਾਲਾ ਹੈ ਧਰਮ ਸਾਡਾ ਜਿਵੇ ਚੰਦ ਹੋਵੇ ਦੂਜ ਦਾ,
ਪੈਦੀ ਫਿਟਕਾਰ ਸਦਾ ਬੰਦੇ ਲਾਈ ਲਗ ਨੂੰ
ਆਪਣੀ ਤਾ ਸਾਭੀ ਨਹੀਉ ਹਥ ਪਾਵੇ ਪਗ ਨੂੰ।

ਪਗ ਵਾਲਾ ਮੁਲ ਪੁਛੀ ਕਿਤੇ ਬੁਧੂ ਸ਼ਾਹ ਨੂੰ
ਵਾਰ ਕੇ ਤੇ ਪੁਤ ਜਿਨੇ ਮਲਿਆ ਸੀ ਰਾਹ ਨੂੰ,
ਦਿਲ ਚੋ ਮਿਟਾਇਆ ਗੁਰਾਂ ਲਾਲਸਾ ਦੀ ਅਗ ਨੂੰ
ਆਪਣੀ ਤਾਂ ਸਾਭੀ ਨਹੀਉ ਹਥ ਪਾਵੇ ਪਗ ਨੂੰ।

ਅਜ ਦਿਆਂ ਸਿਖਾਂ ਅੰਦਰ ਝਾਤੀਆ ਨਾ ਮਾਰੀਆਂ
ਸਿਰ ਦੇ ਕੇ ਲਈਆ ਸਾਡੇ ਸਿਖਾਂ ਸਰਦਾਰੀਆਂ,
ਕਦੇ ਤਾਂ ਪਛਾਣ ਬੰਦੇ ਅੰਦਰ ਬੈਠੇ ਠਗ ਨੂੰ
ਆਪਣੀ ਤਾਂ ਸਾਭੀ ਨਹੀਉ ਹਥ ਪਾਵੇ ਪਗ ਨੂੰ।

ਸਾਬਤ ਸਰੂਪ ਉਹਦੇ ਸਿਰ ਦਸਤਾਰ ਆ
ਸਭ ਨੂੰ ਜੋ ਵੇਖੇ ਜਿਹਨੂੰ ਕਹਿੰਦੇ ਕਰਤਾਰ ਆ,
ਸਰਵਣ ਸਿੰਘਾ ਯਾਦ ਰਖ ਸਦਾ ਸਚੇ ਰਬ ਨੂੰ
ਆਪਣੀ ਤਾਂ ਸਾਭੀ ਨਹੀਉ ਹਥ ਪਾਵੇ ਪਗ ਨੂੰ।।

ਇਕ ਪਗ ਬੰਨਕੇ ਮੂੰਹ ਸਿਰ ਰਗੜਾ ਕੇ ਕਹਿੰਦਾ ਮਾਨ ਸਾਬ ਦੀ ਪਗ ਲਾਹ ਕੇ ਆਵੇ ਪੰਜ ਲਖ ਇਨਾਮ ਦਵਾਗਾਂ ਜਦ ਇਨੂੰ ਅਜੇ ਇਨਾਮ ਦੀ ਆਫਰ ਹੀ ਆਈ ਸਿੰਘਾ ਵਲੋ ਤਾਂ ਮਾਫੀਆ ਹੀ ਮਾਫੀਆ ਵਾਹ ਬਣਾਉਟੀ ਸ਼ੇਰਾਂ ਪਹਿਲਾਂ ਹੀ ਸੋਚਕੇ ਬੋਲਿਆ ਕਰੋ ਸਜਣੋ ਇਹ ਸਿਖੀ ਤੇ ਦਸਤਾਰ ਏਨੀ ਸੌਖੀ ਨਹੀ ਮਿਲੀ ਕੇ ਜਿਹੜਾ ਮਰਜੀ ਖੋਹ ਕੇ ਲੈ ਜਾਵੇ ਜੇ ਸਿਖ ਸਿਰ ਦੇਣਾ ਜਾਣਦੇ ਧਰਮ ਤੇ ਦੇਸ਼ ਖਾਤਰ ਸਿਰ ਲਾਹੁਣਾ ਵੀ ਜਾਣਦੇ ਆ ਪਗ ਕੋਈ ਖੰਡ ਖਿਡੌਣਾ ਨਹੀ ਜਿਹੜਾ ਮਰਜੀ ਮੂੰਹ ਚ ਪਾ ਲਵੇ ਬਾਕੀ ਜਿਨ੍ਹਾਂ ਨੂੰ ਆਪਣੀ ਸਿਖੀ ਤੇ ਦਸਤਾਰ ਦੀ ਪ੍ਰਵਾਹ ਨਹੀਂ ਉਹ ਕਿਸੇ ਵੇਲੇ ਕਿਸੇ ਤੇ ਵਾਰ ਸਕਦਾ ਐਸੇ ਹਲਾਤ ਚ ਮੌਕੇ ਤੇ ਹੀ ਚਾਟਾ ਛਕਾ ਦਵੇ ਤਾਂ ਹੀ ਦਸ਼ਮੇਸ਼ ਪਿਤਾ ਜੀ ਖੁਸ਼ ਹੋਣਗੇ ਬਾਕੀ ਪਾਤਸ਼ਾਹ ਸਲੂਕ ਇਤਫਾਕ ਬਖਸ਼ੇ ਸਿਖ ਕੌਮ ਨੂੰ।।

ਕਵੀਸ਼ਰ ਸਰਵਣ ਸਿੰਘ ਸ਼ਾਮ ਨਗਰ

ਬੰਦੇ ਦੀ ਜਿੰਦਗੀ ਬਾਬਤ

ਕੋਰੜਾ ਛੰਦ

ਵਿਚ ਹੰਕਾਰ ਬੰਦਾ ਵੇਖੋ ਪਾਵੇ ਲੁਡੀਆ
ਬੁਲੇ ਪਈਆ ਹਥ ਨਾਹੀ ਆਓਣ ਗੁਡੀਆ,
ਚੰਗਾ ਮਾੜਾ ਕੰਮ ਤੇਰੇ ਨਾਲ ਜਾਵੇਗਾ
ਤੇਰੇ ਪੁੰਨ ਪਾਪ ਤਾਈ ਫਲ ਲਾਵੇਗਾ।

ਦੂਜਿਆ ਦੀ ਕਮੀ ਰਹੇ ਸਦਾ ਤਕਦਾ
ਮਾੜੇ ਕੰਮ ਕਰੇ ਨਾਹੀ ਭੋਰਾ ਥਕ ਦਾ,
ਮੂਰਖਾ ਉਏ ਮਨਾ ਮੂਲ ਨੂੰ ਪਛਾਣ ਲੈ
ਕਿਥੋ ਆਇਆ ਜਾਣਾ ਕਿਥੇ ਦਿਲ ਠਾਣਲੈ।

ਜਿਨੇ ਲਾਓਣਾ ਪਾਰ ਕਦੇ ਬਾਣੀ ਪੜੀ ਨਾ
ਵਿਚ ਅਸਮਾਨ ਗੁਡੀ ਰਹਿਣੀ ਚੜੀ ਨਾ,
ਘਾਟੇ ਵਾਧੇ ਪੈਣੇ ਰਬੀ ਦਸਤੂਰ ਹੈ
ਸਚ ਵਲੋ ਬੰਦਾ ਵੇਖੋ ਕੋਹਾਂ ਦੂਰ ਹੈ।

ਜਿੰਦਗੀ ਦੀ ਰੇਲ ਨਪੀ ਜਾਵੇ ਗੇਅਰ ਨੂੰ
ਵਕਤ ਸੰਭਾਲ ਕਾਹਤੋ ਲਾਵੇ ਦੇਰ ਨੂੰ,

ਹਰ ਥਾਂ ਤੇ ਸੀਸ ਨੂੰ ਝੁਕਾਉਣਾ ਠੀਕ ਨਾ
ਪਤ ਤਾਂਈ ਲਾਈਏ ਕਦੇ ਵੀਰੋ ਲੀਕ ਨਾ।

ਕਰਕੇ ਚਲਾਕੀ ਹਕ ਨਾਹੀ ਨਪੀਏ
ਘਰ ਦੀ ਕਲੇਸ਼ ਨਾਹੀ ਬਾਹਰ ਦਸੀਏ,
ਬਾਪ ਦੀ ਝਿੜਕ ਸਦਾ ਕੰਮ ਆਵੇਗੀ
ਮਾੜੇ ਕੰਮੋ ਰੋਕ ਚੰਗੇ ਪਾਸੇ ਲਾਵੇਗੀ।

ਬਾਪ ਦੀ ਕਮਾਈ ਕਦੇ ਬਹਿਕੇ ਸੋਚਿਓ
ਕਲੀ ਕਲੀ ਮਾਂ ਦੀ ਗਲ ਖਿਆਲੀ ਬੋਚਿਓ,
ਮੂਰਖ ਤੇ ਸਿਆਣਾ ਇਕ ਉਹਦੀ ਦਾਤ ਹੈ
ਸੁਣਦੇ ਨਾਂ ਦੋਵੇ ਕਦੇ ਚੰਗੀ ਬਾਤ ਹੈ।

ਨਵੇ ਨਵੇ ਸਾਕ ਤੂੰ ਬਣਾਈ ਜਾਨਾ ਏ
ਪਿਛਲੇ ਪੁਰਾਣੇ ਠੁਕਰਾਈ ਜਾਨਾ ਏ,
ਮਨ ਵਿਚ ਵਸ ਜਾਣਾ ਹੁਣ ਸਿਖ ਲੈ
ਮਨੋ ਨਾ ਉਤਰ ਜਾਵੀ ਗੁਣ ਸਿਖ ਲੈ।

ਭਰੀ ਹੋਈ ਜੇਬ ਐਵੇ ਮਾਣ ਕਰਦੈ

ਸੋਚ ਲੈ ਕਮਾਈ ਸਚੀ ਸੁਚੀ ਕਰਦੈ,

ਚੁਪ ਰਹਿਕੇ ਵੇਖ ਕੰਮ ਕਿਵੇ ਸਰਦਾ

ਮਾਫ ਕਰ ਦੇਣਾ ਜਗ ਸੋਭਾ ਕਰਦਾ।

ਹਸ ਖੇਡ ਲਉ ਨਾ ਭਰੋਸਾ ਦਮ ਦਾ

ਕੌਡੀ ਮੁਲ ਪੈਣਾ ਨਹੀਓ ਬੰਦੇ ਚੰਮ ਦਾ,

ਸਰਵਣ ਸਿੰਘਾਂ ਬੰਦਾ ਜਗ ਤੇ ਪਰਾਹੁਣਾ ਹੈ

ਤੁਰ ਗਿਆ ਜਦੋ ਮੁੜ ਨਾਹੀ ਆਓਣਾ ਹੈ।।

ਬੰਦੇ ਦੀ ਜਿੰਦਗੀ ਅਤੇ ਮੌਤ ਬਾਬਤ

ਤਰਜ ਛੰਦ

ਚਾਵਾਂ ਦੇ ਨਾਲ ਮਹਿਲ ਉਸਾਰੇ

ਕਰਦੇ ਆਦਰ ਲੋਕੀ ਸਾਰੇ,

ਚੜਨਾ ਇਕ ਦਿਨ ਮੌਤ ਦੇ ਖਾਰੇ

ਨਾ ਰਹਿਣਾ ਰਾਜਾ ਰਾਣਾ,

ਛੱਡਕੇ ਦੁਨੀਆ ਨੂੰ

ਸਭ ਨੇ ਹੈ ਤੁਰ ਜਾਣਾ।

ਲਗਣੇ ਨਾ ਮੁੜ ਮੇਲੇ ਤੀਆਂ

ਸਾਥ ਨਾ ਨਿਭਣਾ ਪੁੱਤਰਾਂ ਧੀਆਂ,

ਬਹਿਕੇ ਰੋਣਾ ਸਭਨਾ ਜੀਆਂ

ਭੁਲ ਜੂ ਪੀਣਾ ਖਾਣਾ,

ਛੱਡਕੇ ਦੁਨੀਆ ਨੂੰ

ਸਭ ਨੇ ਹੈ ਤੁਰ ਜਾਣਾ।

ਚਾਲੀ ਗੰਜ ਜੋੜੇ ਸੀ ਕਾਰੂ

ਸਭ ਤੇ ਪੈਂਦਾ ਸੀ ਉਹ ਭਾਰੂ,

ਐਸਾ ਕਾਲ ਗਲੇਲਾ ਮਾਰੂ

ਟੁਟਜੂ ਹਉਮੈ ਟਾਹਣਾ,

ਛੱਡਕੇ ਦੁਨੀਆ ਨੂੰ

ਸਭ ਨੇ ਹੈ ਤੁਰ ਜਾਣਾ।

ਖਾਲੀ ਹਥੀ ਗਿਆ ਸਿਕੰਦਰ

ਸੋਨੇ ਨਾਲ ਬਣਾਏ ਮੰਦਰ,

ਝੁਰਦਾ ਤੁਰਿਆ ਅੰਦਰੋ ਅੰਦਰ

ਨਾ ਮਿਲਿਆ ਫੇਰ ਟਿਕਾਣਾ,

ਛੱਡਕੇ ਦੁਨੀਆ ਨੂੰ

ਸਭ ਨੇ ਹੈ ਤੁਰ ਜਾਣਾ।

ਨਾਮ ਨੇ ਬੇੜਾ ਬੰਨੇ ਲਾਉਣਾ

ਬੰਦਾ ਭੁਲਿਆ ਨਾਮ ਧਿਆਉਣਾ,

ਮੁੜਕੇ ਨਾ ਫਿਰ ਏਥੇ ਆਉਣਾ

ਕਿਤੇ ਸਿਖਲੈ ਧਰਮ ਕਮਾਣਾ,

ਛੱਡਕੇ ਦੁਨੀਆ ਨੂੰ

ਸਭ ਨੇ ਹੈ ਤੁਰ ਜਾਣਾ।

ਤਰਗੇ ਜੋਗੀ ਜਤੀ ਜੋਗੀਸਰ
   ਰਹੇ ਨਾ ਏਥੇ ਤਪੀ ਤਪੀਸਰ,
ਸਰਵਣ ਸਿੰਘ ਵੀ ਕਹੇ ਕਵੀਸ਼ਰ
   ਨਾ ਮੁੜਕੇ ਫੇਰਾ ਪਾਣਾ,
ਛੱਡਕੇ ਦੁਨੀਆ ਨੂੰ
   ਸਭ ਨੇ ਹੈ ਤੁਰ ਜਾਣਾ।।

ਦੀਪ ਸਿੰਘ ਸਿੱਧੂ ਵਲੋਂ ਕੌਮ ਨੂੰ ਹਲੂਣਾ

ਕਾਫ਼ੀ ਛੰਦ

ਜਦ ਆਨ ਅਣਖ ਤੇ ਬਣਜੇ ਕਦਮ ਉਠਾਉਣਾ ਪੈਂਦਾ ਏ
ਹਕ ਸਚ ਦੀ ਖਾਤਰ ਦੀ ਆਪਾ ਲਾਉਣਾ ਪੈਂਦਾ ਏ,
ਫਿਰ ਕਠੀ ਕਰਕੇ ਕੌਮ ਤੇ ਕਰਨਾ ਪਵੇ ਤਕੀਦਾਂ ਨੂੰ
ਜੇ ਤਖਤੇ ਪਲਟਾਉਣੇ ਰਖੋ ਯਾਦ ਸ਼ਹੀਦਾਂ ਨੂੰ।

ਇਤਿਹਾਸ ਰਚਨ ਦੀ ਖਾਤਰ ਸਤਿਗੁਰ ਪੰਜਵੇਂ ਅਰਜਨ ਨੇ
ਤਤੀ ਤਵੀ ਤੇ ਬਹਿਕੇ ਲਗੇ ਜੁਲਮ ਨੂੰ ਵਰਜਨ ਨੇ,
ਭਾਣਾ ਮਿਠਾ ਮੰਨਿਉ ਆਖਿਆ ਇਉ ਮੁਰੀਦਾਂ ਨੂੰ
ਜੇ ਤਖਤੇ ਪਲਟਾਉਣੇ ਰਖੋ ਯਾਦ ਸ਼ਹੀਦਾਂ ਨੂੰ।

ਛੇਵੇ ਗੁਰ ਨੇ ਤਾਂਹੀਉ ਦੋ ਪਾਈਆ ਸ਼ਮਸੀਰਾਂ ਨੇ
ਹਦ ਜੁਲਮ ਦੀ ਮੁਕੀ ਕੀਤੇ ਲੀਰਾਂ ਲੀਰਾਂ ਨੇ,
ਹਕ ਮੰਗਿਆ ਨਾ ਮਿਲਦੇ ਰਖਦੇ ਸੀ ਤਜਵੀਜ਼ਾਂ ਨੂੰ
ਜੇ ਤਖਤੇ ਪਲਟਾਉਣੇ ਰਖੋ ਯਾਦ ਸ਼ਹੀਦਾਂ ਨੂੰ।

ਰੋ ਰੋ ਦੁਖੜੇ ਦਸੇ ਸਤਿਗੁਰ ਤੇਗ ਬਹਾਦਰ ਨੂੰ

ਕਹਿੰਦੇ ਪੰਡਤ ਅਰੰਗਾ ਕਰਦਾ ਬਹੁਤ ਨਿਰਾਦਰ ਨੂੰ,

ਲਾਕੇ ਗਲੇ ਮਾਣ ਬਖਸ਼ਿਆ ਗੁਰੂ ਗਰੀਬਾਂ ਨੂੰ

ਜੇ ਤਖਤੇ ਪਲਟਾਉਣੇ ਰਖੋ ਯਾਦ ਸ਼ਹੀਦਾਂ ਨੂੰ।

ਦਸਮ ਪਿਤਾ ਨੇ ਅਣਖ ਦੀ ਐਸੀ ਪਾਨ ਚੜ੍ਹਾ ਦਿਤੀ

ਫੜ ਸੰਘੀ ਜਰਵਾਣੇ ਦੀ ਸੀ ਧੌਣ ਨਿਵਾ ਦਿਤੀ,

ਸਿਰ ਬਦਲੇ ਸਿਰ ਦੇਕੇ ਸੌਦੇ ਕਰੋ ਖਰੀਦਾਂ ਨੂੰ

ਜੇ ਤਖਤੇ ਪਲਟਾਉਣੇ ਰਖੋ ਯਾਦ ਸ਼ਹੀਦਾਂ ਨੂੰ।

ਜਿਸ ਦਿਲੀ ਨੂੰ ਸਾਡੇ ਵਡਿਆ ਦਾਨ ਚ ਛੱਡਿਆ.

ਉਸੇ ਹਿਕ ਤੇ ਫੇਰ ਦੁਬਾਰਾ ਝੰਡਾ ਗਡਿਆ ਏ

ਆ ਵੇਖ ਸਰਵਣਾ ਆਕੇ ਸਾਂਭੀਆਂ ਸਭ ਰਸੀਦਾਂ ਨੂੰ

ਜੇ ਤਖਤੇ ਪਲਟਾਉਣੇ ਰਖੋ ਯਾਦ ਸ਼ਹੀਦਾਂ ਨੂੰ।

ਏ ਵਤਨਾਂ ਦੇ ਰਾਖੇ ਸਭ ਦਾ ਭਲਾ ਮਨਾਉਂਦੇ ਨੇ

ਜਿਥੇ ਆਫਤ ਆਵੇ ਉਥੇ ਲੰਗਰ ਲਾਉਂਦੇ ਨੇ

ਹਰ ਥਾਂ ਝੰਡੇ ਝੂਲਦੇ ਦੇਦੇ ਬਦਲ ਨਸੀਬਾਂ ਨੂੰ

ਜੇ ਤਖਤੇ ਪਲਟਾਉਣੇ ਰਖੋ ਯਾਦ ਸ਼ਹੀਦਾਂ ਨੂੰ।

ਦੀਪ ਸਿੱਧੂ ਦੀ ਮੜੀ ਕੋਲ ਖੜ ਕੇ ਕਵੀ ਵੱਲੋਂ ਦਰਦ ਬਿਆਨ

ਛੋਟਾ ਬੈਤ

ਪੰਜਾਬ ਦੇ ਹਿਤੈਸ਼ੀਆਂ ਪੰਥ ਦੇ ਪ੍ਰੇਮੀਆਂ ਵੇ

ਵੇਖ ਵੇਖ ਸਿਵਾ ਤੇਰਾ ਲਖਾਂ ਲੋਕੀ ਰੋਣਗੇ

ਉਚੀ ਸੁਚੀ ਸੋਚ ਤੇ ਬੁਲੰਦ ਸੀ ਆਵਾਜ ਤੇਰੀ

ਅਜ ਕਿਹੜੇ ਮਾਈਕ ਤੋ ਸਪੀਚ ਸੁਣ ਆਉਣਗੇ

ਹਸਦਾ ਸੀ ਚਿਹਰਾ ਤੇਰਾ ਅਖਾ ਚ ਪਿਆਰ ਤੇਰੇ

ਮਿਠੀ ਮੁਸਕਾਨ ਤੇਰੀ ਨਾ ਲੋਕੀ ਭੁਲ ਪਾਉਣਗੇ

ਪੈਦਾ ਸੀ ਭੁਲੇਖਾ ਤੇਰਾ ਸੁੱਖੇ ਤੇ ਮਹਿਤਾਬ ਵਾਲਾ

ਸਮੇਟੀ ਜੋ ਕਿਤਾਬ ਕਦੋ ਪੜ ਕੇ ਸੁਣਾਉਣਗੇ

ਆਖਦੇ ਗਦਾਰ ਤੇ ਵਿਕਾਊ ਜਿਹੜੇ ਲੋਕ ਤੈਨੂੰ

ਵੇਖ ਲਵੀ ਅਜ ਤੈਨੂੰ ਭੁਬਾ ਮਾਰ ਰੋਣਗੇ

ਗੰਦੀਆਂ ਸਿਆਸਤਾ ਨੇ ਦੇਸ਼ ਬਰਬਾਦ ਕੀਤਾ

ਧਰਮੀਆਂ ਤੇ ਯੋਧਿਆਂ ਨੂੰ ਤੋਂਹਮਤਾਂ ਹੀ ਲਾਉਣਗੇ

ਆਜਾ ਮੁੜ ਆਜਾ ਦੀਪ ਰਬ ਦਾ ਈ ਵਾਸਤਾ

ਤੇਰੇ ਬਾਝੋ ਸਜਣਾ ਨਾ ਮੇਲੇ ਸਾਨੂੰ ਭਾਉਣਗੇ

ਮਿਟੀ ਨਾਲ ਮਿਟੀ ਹੋਕੇ ਸਿਵਿਆ ਚ ਸੌਂ ਗਿਆ

ਸਰਵਣ ਜਿਹੇ ਨਚੀਜ ਤੇਰੇ ਗੀਤ ਸਦਾ ਗਾਉਣਗੇ।।

ਕਵੀ ਦਾ ਦੀਪ ਦਾ ਸਿਵਾ ਵੇਖਕੇ ਗਚ ਭਰ ਆਇਆ। ਸ਼ਾਇਦ, ਹੀ ਫੇਰ ਕੋਈ ਯੋਧਾ ਮਿਲੇ ਪੰਜਾਬ ਨੂੰ ਪਹਿਲਾਂ ਹੀ ਅਠੱਤੀ ਸਾਲ ਬਾਅਦ ਸ਼ੇਰ ਨੇ ਦਹਾੜ ਮਾਰੀ ਸੀ। ਪਰ ਬਹੁਤ ਹੀ ਦੁਖਦਾਈ ਘਟਨਾ ਸਿਵਾ ਵੇਖਕੇ ਦੋ ਸਤਰਾਂ ਲਿਖਣ ਦਾ ਯਤਨ ਕੀਤਾ ਸ਼ਾਇਦ ਏਹ ਦੀਪ ਸਿਧੂ ਦੇ ਕਦ ਮੁਤਾਬਕ ਬਹੁਤ ਹੀ ਛੋਟੇ ਲਫਜ ਨੇ।

ਦੀਪ ਸਿੰਘ ਸਿੱਧੂ ਦੀ ਬੇਵਖਤੀ ਮੌਤ ਬਾਬਤ ਰੱਬ ਨੂੰ ਉਲਾਮਾ

ਨਵੀਨ ਟਰਨ

ਕਦੇ ਪੂਰਾ ਨਾ ਹੋਣਾ ਜਿਹੜਾ ਘਾਟਾ ਪੈ ਗਿਆ ਏ

ਸਮੇ ਤੋ ਪਹਿਲਾਂ ਦੀਪ ਸਿਧੂ ਨੂੰ ਕਾਲ ਲੈ ਗਿਆ ਏ,

ਜਗ ਹੈ ਸਿਜਦੇ ਕਰਦਾ ਐਸੇ ਪੁਰਸ਼ ਮਹਾਨਾਂ ਨੂੰ

ਰਬਾ ਮੌਤ ਕਦੇ ਨਾ ਝਪਟੇ ਦੇਸ਼ ਦੇ ਬੀਰ ਜਵਾਨਾਂ ਨੂੰ।

ਜੁਗਾਂ ਪਿਛੋ ਐਸੇ ਯੋਧੇ ਜਗ ਤੇ ਆਉਦੇ ਨੇ

ਦੇਸ਼ ਕੌਮ ਦਾ ਜਿਹੜੇ ਉਚਾ ਨਾਂ ਚਮਕਾਉਦੇ ਨੇ,

ਜਾਨ ਦੀ ਬਾਜ਼ੀ ਲਾਕੇ ਦਿੰਦੇ ਰੋਕ ਤੁਫਾਨਾਂ ਨੂੰ

ਰਬਾ ਮੌਤ ਕਦੇ ਝਪਟੇ ਐਸੇ ਬੀਰ ਜਵਾਨਾਂ ਨੂੰ।

ਚੰਗੇ ਬੰਦੇ ਚੁਕਦੈ ਲੈ ਜਾਹ ਚੁਕ ਗੱਦਾਰਾਂ ਨੂੰ

ਮਾੜੀ ਨੀਤੀ ਰਾਹੀਂ ਕਰਦੇ ਕੌਮ ਤੇ ਵਾਰਾਂ ਨੂੰ

ਫੜ ਕੇ ਸੋਧੇ ਲਾ ਦੇ ਰਬਾ ਝੂਠੇ ਹਵਾਨਾਂ ਨੂੰ

ਰਬਾ ਮੌਤ ਕਦੇ ਨਾ ਝਪਟੇ ਦੇਸ਼ ਦੇ ਬੀਰ ਜਵਾਨਾਂ ਨੂੰ।

ਸੰਤਾਂ ਵਰਗੀ ਸੋਚ ਤੇ ਰਖਦੈ ਸੀ ਜਜਬਾਤਾਂ ਨੂੰ

ਅਸੀ ਸਮਝ ਨਾ ਪਾਏ ਉਸਦੀਆਂ ਗੁਝੀਆ ਬਾਤਾਂ ਨੂੰ

ਖੁਡੇ ਲਾਈਨ ਦੀਪ ਨੇ ਲਾਇਆ ਵਡੇ ਭਲਵਾਨਾਂ ਨੂੰ

ਰਬਾ ਮੌਤ ਕਦੇ ਨਾ ਝਪਟੇ ਦੇਸ਼ ਦੇ ਬੀਰ ਜਵਾਨਾਂ ਨੂੰ।

ਡੁੱਬਿਆ ਅਜ ਦਾ ਸੂਰਜ ਮੁੜਕੇ ਕਦੇ ਵੀ ਚੜਨਾ ਨਾ

ਸਾਡੇ ਹਕਾਂ ਖਾਤਰ ਇਥੇ ਕਿਸੇ ਵੀ ਖੜਨਾ ਨਾ

ਦੀਪ ਨੂੰ ਰਬਾ ਮੋੜਦੇ ਕਢਲੈ ਸਾਡੀਆਂ ਜਾਨਾਂ ਨੂੰ

ਰਬਾ ਮੌਤ ਕਦੇ ਨਾ ਝਪਟੇ ਦੇਸ਼ ਦੇ ਬੀਰ ਜਵਾਨਾਂ ਨੂੰ।

ਬੁਝਿਆ ਸਾਡਾ ਦੀਪ ਗਦਾਰਾਂ ਦੇ ਹਾਸੇ ਹੋ ਜਾਣੇ

ਤੇਰੇ ਬੋਲ ਨਾ ਭੁੱਲਣੇ ਚਰਚੇ ਹਰ ਪਾਸੇ ਹੋ ਜਾਣੇ

ਸਰਵਣ ਅਖੀਆਂ ਰੋਵਣ ਯਾਦ ਕਰਕੇ ਬਲਵਾਨਾਂ ਨੂੰ

ਰਬਾ ਮੌਤ ਨਾ ਝਪਟੇ ਐਸੇ ਬੀਰ ਜਵਾਨਾਂ ਨੂੰ।।

ਭਾਰਤ ਤੇ ਪਾਕਿਸਤਾਨ ਦੀ ਤਾਰ ਵੇਖ ਕੇ ਦਿੱਲ ਰੋਇਆ

ਬਾਡਰ ਤੇ ਖਲੋ ਕੇ ਗੁਰੂ ਨਾਨਕ ਅੱਗੇ ਅਰਜੋਈ

ਜੇ ਸੁਣੇ ਅਰਜੋਈ ਦਾਤਾ ਅਰਜ ਗੁਜਾਰਾਂ

ਕਿਤੇ ਉਜੜੇ ਇਲਾਕੇ ਮੁੜ ਲਗਣ ਬਹਾਰਾਂ,

ਦਿਲ ਤਕ ਤਕ ਰੋਇਆ ਕੰਡਿਆਲੀ ਤਾਰ ਨੂੰ

ਬਾਬਾ ਨਾਨਕਾ ਮਿਲਾਦੇ ਕਿਤੇ ਆਰ ਪਾਰ ਨੂੰ।

ਕਿਥੇ ਵਸਿਆ ਲਹੌਰ ਨਾਲੇ ਦਸਦੇ ਪਿਸ਼ੌਰ

ਨਾਰੋਵਾਲ ਕਿਥੇ ਸ਼ਹਿਰ ਕਿਤੇ ਵੇਖਾਂ ਪੋਠੋਹੌਰ,

ਕਰਾਂਚੀ ਖਿੜੀ ਰਹੇ ਤਕਾ ਉਸ ਗੁਲਜਾਰ ਨੂੰ

ਬਾਬਾ ਨਾਨਕਾ ਮਿਲਾਦੇ ਕਿਤੇ ਆਰ ਪਾਰ ਨੂੰ।

ਜਿਥੇ ਹੋਇਆ ਪਰਕਾਸ਼ ਓਹ ਵੇਖਾਂ ਤਲਵੰਡੀ

ਕਿਥੇ ਚੌਥੇ ਗੁਰੂ ਹੋਏ ਵੇਖਾਂ ਉ ਚੂਨਾ ਮੰਡੀ,

ਰਜ ਅਖਾਂ ਨਾਲ ਤਕਾਂ ਪੁਰ ਕਰਤਾਰ ਨੂੰ
ਬਾਬਾ ਨਾਨਕਾ ਮਿਲਾਦੇ ਕਿਤੇ ਆਰ ਪਾਰ ਨੂੰ।

ਕਿਥੇ ਲਾਇਆ ਦਾਤੇ ਪੰਜਾ ਕਿਥੋ ਫੁਟਦਾ ਏ ਪਾਣੀ
ਛਡ ਬਣੇ ਮਾਲ ਪੂੜੇ ਰੋਟੀ ਲਾਲੋ ਘਰੋ ਖਾਣੀ,
ਹਥੀ ਕਰਨਾ ਸਿਖਾਇਆ ਸਚੀ ਸੁਚੀ ਕਾਰ ਨੂੰ
ਬਾਬਾ ਨਾਨਕਾ ਮਿਲਾਦੇ ਕਿਤੇ ਆਰ ਪਾਰ ਨੂੰ।

ਕਿਥੇ ਮਝੀਆ ਚਰਾਈਆ ਕਿਥੇ ਭੋਜਨ ਛਕਾਇਆ
ਕਿਥੇ ਕੀਤੀ ਸੀ ਪੜ੍ਹਾਈ ਕਿਥੇ ਸਬਕ ਸਿਖਾਇਆ,
ਕਿਵੇ ਤਾਰਿਆ ਸੀ ਦਾਤਾ ਰਾਏ ਜੀ ਬੁਲਾਰ ਨੂੰ
ਬਾਬਾ ਨਾਨਕਾ ਮਿਲਾਦੇ ਕਿਤੇ ਆਰ ਪਾਰ ਨੂੰ।

ਕਰ ਦਿਓ ਦਾਤਾ ਮਿਹਰ ਜੀ ਮੈ ਕੱਢਾ ਹਾੜ੍ਹੇ ਨੂੰ
ਮੇਟ ਹੱਦਾਂ ਸਰਹੱਦਾ ਕੱਠਾ ਕਰੋ ਪਾੜ੍ਹੇ ਨੂੰ
ਰੱਜ ਅੱਖਾ ਨਾਲ ਤੱਕਾ ਪੁਰ ਕਰਤਾਰ ਨੂੰ
ਬਾਬਾ ਨਾਨਕਾ ਮਿਲਾਦੇ ਕਿਤੇ ਆਰ ਪਾਰ ਨੂੰ।

ਸਾਡੀ ਇਕੋ ਜਹੀ ਰੀਤੀ ਸਾਡੀ ਇਕੋ ਜਿਹੀ ਬੋਲੀ

ਸਾਡੇ ਹਾਕਮਾਂ ਨੇ ਪਤ ਸਾਡੀ ਮਿਟੀ ਵਿਚ ਰੋਲੀ,

ਸਰਵਣ ਲਾਹੁਣਾ ਪੈਣਾ ਇਕ ਦਿਨ ਚੜ੍ਹੇ ਭਾਰ ਨੂੰ

ਬਾਬਾ ਨਾਨਕਾ ਮਿਲਾਦੇ ਕਿਤੇ ਆਰ ਪਾਰ ਨੂੰ।।

ਪੁੱਤਰਾ ਬਾਬਤ ਤਰਲਾ

ਦੁਵਈਆ

ਪੁਤੀ ਗੰਡ ਪਵੈ ਸੰਸਾਰੀ ਗੁਰਬਾਣੀ ਹੈ ਕਹਿੰਦੀ
ਪੁਤਰਾਂ ਖਾਤਰ ਦੁਨੀਆਂ ਵੇਖੋ ਲਖਾ ਤਰਲਾ ਲੈਂਦੀ,
ਮਮਤਾ ਮਾਰੇ ਮਾਪੇ ਰਹਿੰਦੇ ਠੰਡੇ ਹੌਕੇ ਭਰਦੇ
ਮਿਠੇ ਮੇਵੇ ਸਭ ਨੂੰ ਦੇਵੀ ਸੇਵਕ ਅਰਜਾਂ ਕਰਦੇ।

ਵਜਾ ਤਾਹਨਾ ਨਾਨਕੀ ਤਾਈ ਅਖੀਆ ਭਰਕੇ ਰੋਈ
ਮਾਂ ਤਰਿਪਤਾ ਵੀ ਪੁਤਰ ਖਾਤਰ ਬੜੀ ਵਿਆਕਲ ਹੋਈ,
ਜੇ ਗੋਦੀ ਵਿੱਚ ਲਾਲ ਨਾ ਹੋਵੇ ਲਖਾਂ ਤਾਹਨੇ ਜਰਦੇ
ਮਿਠੇ ਮੇਵੇ ਸਭ ਨੂੰ ਦੇਵੀ ਸੇਵਕ ਅਰਜਾਂ ਕਰਦੇ।

ਇਸ ਦਾਤ ਨੂੰ ਪਾਓਣ ਵਾਸਤੇ ਗੰਗਾ ਮਾਤਾ ਆਈ
ਪੁਤਰ ਬਖਸ਼ੋ ਸਤਿਗੁਰ ਸਾਨੂੰ ਆਕੇ ਅਰਜ ਅਲਾਈ,

ਗੰਗਾ ਜਗ ਤੋ ਖਾਲੀ ਜਾਣਾ ਲੋਕੀ ਗਲਾ ਕਰਦੇ

ਮਿਠੇ ਮੇਵੇ ਸਭ ਨੂੰ ਦੇਵੀ ਸੇਵਕ ਅਰਜਾਂ ਕਰਦੇ।

ਚੌਤੀ ਸਾਲਾ ਪਿਛੋ ਪੁਤਰ ਮਾਂ ਗੁਜਰੀ ਨੂੰ ਮਿਲਿਆ

ਸੁਣਕੇ ਖਬਰਾਂ ਸਾਰਾ ਆਲਮ ਫੁਲਾਂ ਵਾਗੂੰ ਖਿਲਿਆ,

ਪੁਤਰ ਐਸੀ ਚੀਜ ਅਨੋਖੀ ਕੰਮ ਨਾ ਜਗ ਤੇ ਸਰਦੇ

ਮਿਠੇ ਮੇਵੇ ਸਭ ਨੂੰ ਦੇਵੀ ਸੇਵਕ ਅਰਜਾਂ ਕਰਦੇ।

ਭਾਈ ਸਾਲੋ ਤੇ ਬਾਬਾ ਬੁੱਢਾ ਅਜੇ ਵੀ ਪੁਤਰ ਦੇਦੇ

ਸ਼ਰਧਾ ਵਾਲੇ ਛੇਹਰਟਾ ਸਹਿਬ ਤੋ ਪੁਤਰ ਵੇਖੇ ਲੈਦੇ,

ਰਖਕੇ ਸ਼ਰਧਾ ਜਾਦੇ ਜਿਹੜੇ ਦਾਤਾ ਝੋਲੀ ਭਰਦੇ

ਮਿਠੇ ਮੇਵੇ ਸਭ ਨੂੰ ਦੇਵੀ ਸੇਵਕ ਅਰਜਾਂ ਕਰਦੇ।

ਅਜ ਵੀ ਡਿਠੇ ਮੜੀ ਮਸਾਣੀ ਲਾਓਦੇ ਫਿਰਦੇ ਗੇੜੇ

ਉਨਾ ਪੁਤਰ ਕਿਥੋਂ ਦੇਣੇ ਖਾਲੀ ਤੁਰ ਗਏ ਜਿਹੜੇ,

ਜਿਨਾ ਗੁਰੂ ਤੋ ਮੁਖ ਮੋੜਿਆ ਨਾ ਜਿਊਦੇ ਨਾ ਮਰਦੇ

ਮਿਠੇ ਮੇਵੇ ਸਭ ਨੂੰ ਦੇਵੀ ਸੇਵਕ ਅਰਜਾਂ ਕਰਦੇ।

ਰਖਕੇ ਨਿਹਚਾ ਸਰਵਣ ਸਿੰਘਾਂ ਗੁਰੂਦੁਆਰੇ ਆਵੀਂ

ਖਾਲੀ ਝੋਲੀ ਦਾਤਾ ਭਰਦਾ ਜੋ ਮੰਗੀ ਸੋ ਪਾਵੀ

ਜਿੰਨਾ ਰਖੀ ਓਟ ਗੁਰਾਂ ਤੇ ਉਹ ਨਹੀ ਵੇਖੇ ਹਰਦੇ

ਮਿਠੇ ਮੇਵੇ ਸਭ ਨੂੰ ਦੇਵੀ ਸੇਵਕ ਅਰਜਾਂ ਕਰਦੇ।।

ਮਾਂ ਦੀ ਮਮਤਾ ਨੂੰ ਸਿਜਦਾ

ਟਰਨ ਛੰਦ

ਮਾਂ ਦੀ ਲੋਰੀ ਲਗੇ ਇਲਾਹੀ ਝੂਟਾ ਜੀ
ਮਾਂ ਵਰਗਾ ਨਾ ਜਗ ਤੇ ਹੋਣਾ ਬੂਟਾ ਜੀ,
ਕਿਹੜੇ ਰਾਹੇ ਤੁਰਗੀ ਤਕੀਏ ਰਾਹਵਾਂ ਨੂੰ
ਸੌਖਾਂ ਨਹੀ ਭੁਲਾਉਣਾ ਵੀਰੋ ਮਾਂਵਾਂ ਨੂੰ।

ਬਚੇ ਖਾਤਰ ਠੰਡੇ ਹੌਕੇ ਭਰਦੀ ਆ
ਬਚੇ ਖਾਤਰ ਕੀ ਨਾ ਦਸੋ ਕਰਦੀ ਆ,
ਦੁਖਾਂ ਵਿਚ ਵੀ ਪੂਰੇ ਕਰਦੀ ਚਾਂਵਾ ਨੂੰ
ਸੌਖਾ ਨਹੀ ਭੁਲਾਉਣਾ ਵੀਰੋ ਮਾਂਵਾਂ ਨੂੰ।

ਇਹਦੀ ਮਮਤਾਂ ਵਾਲੇ ਕਿਸੇ ਲੰਮੇ ਨੇ
ਤ ਦਾਨੀ ਸੂਰੇ ਭਗਤ ਵੀ ਇਨੇ ਜੰਮੇ ਨੇ,
ਪੁਛੋ ਕਦੇ ਕਹਾਣੀ ਲੋਕ ਦਨਾਂਵਾਂ ਨੂੰ
ਸੌਖਾ ਨਹੀ ਭੁਲਾਉਣਾ ਵੀਰੋ ਮਾਂਵਾਂ ਨੂੰ।

ਕਿਸੇ ਵੇਲੇ ਵੀ ਦਵੇ ਰੋਣ ਨਾ ਬਚੇ ਨੂੰ
ਗਿਲੀ ਥਾਂ ਤੇ ਦਵੇ ਸੌਣ ਨਾ ਬਚੇ ਨੂੰ,
ਡਿਗਣੋ ਕਦੇ ਬਚਾਵੇ ਡਾਹਕੇ ਬਾਹਵਾਂ ਨੂੰ
ਸੌਖਾ ਨਹੀ ਭੁਲਾਉਣਾ ਵੀਰੋ ਮਾਂਵਾਂ ਨੂੰ।

ਤੁਰ ਜਾਦੇ ਜਦ ਮਾਪੇ ਛਡਕੇ ਵਿਹੜਾ ਜੀ
ਮਾਪਿਆ ਬਾਝੋ ਲਾਡ ਲਡਾਊ ਕਿਹੜਾ ਜੀ,
ਰਬ ਕਦੇ ਨਾ ਖੋਹਵੇ ਠੰਡੀਆ ਛਾਂਵਾਂ ਨੂੰ
ਸੌਖਾ ਨਹੀ ਭੁਲਾਉਣਾ ਵੀਰੋ ਮਾਂਵਾਂ ਨੂੰ।

ਅਜ ਵੀ ਚੇਤਾ ਆਵੇ ਪਾਵੇ ਚੀਸਾਂ ਨੂੰ
ਕਿਵੇ ਭੁਲਾਵਾਂ ਦਿਤੀਆ ਰਜ ਅਸੀਸਾਂ ਨੂੰ,
ਗਲਾਂ ਚੇਤੇ ਦਸਾਂ ਭੈਣ ਭਰਾਵਾਂ ਨੂੰ
ਸੌਖਾ ਨਹੀ ਭੁਲਾਉਣਾ ਵੀਰੋ ਮਾਂਵਾਂ ਨੂੰ।

ਮਾਂਵਾਂ ਠੰਡੀਆ ਛਾਂਵਾਂ ਸਾਰੇ ਕਹਿੰਦੇ ਨੇ

ਜਿਹੜੇ ਕਰਦੇ ਸੇਵਾ ਉਹ ਸੁਖ ਲੈਂਦੇ ਨੇ,

ਜੋ ਦੇਦੇ ਧਕੇ ਲੈਦੇ ਬਦ ਦੁਆਵਾਂ ਨੂੰ

ਸੌਖਾ ਨਹੀ ਭੁਲਾਉਣਾ ਵੀਰੋ ਮਾਂਵਾਂ ਨੂੰ।

ਮਾਂ ਦਾ ਦਿਲ ਹੈ ਕੋਮਲ ਕਦੇ ਦੁਖਾਇਉ ਨਾ

ਮਿਲਜੇ ਜੇਕਰ ਸੇਵਾ ਪੈਰ ਪਰਤਾਇਉ ਨਾ,

ਸਰਵਣ ਨੇ ਵੀ ਖਟਿਆ ਕਰ ਸੇਵਾਂਵਾਂ ਨੂੰ

ਸੌਖਾ ਨਹੀਂ ਭੁਲਾਉਣਾ ਵੀਰੋ ਮਾਂਵਾਂ ਨੂੰ।।

ਕਵੀ ਦੀ ਮਾਂ ਰਬ ਵਰਗੀ ਮਾਂ ਜੂਨ 18, 2008 ਨੂੰ ਸਦਾ ਵਾਸਤੇ ਅਲਵਿਦਾ ਕਹਿ ਗਈ ਪਰ ਮਾੜੀ ਚੰਗੀ ਸੇਵਾ ਦੀ ਬਦੌਲਤ ਹਦੋ ਵਧ ਅਸੀਸਾਂ ਦੇ ਗਈ ਜੋ ਕਵੀ ਬਿਆਨ ਨਹੀਂ ਕਰ ਸਕਦਾ ਪਰ ਜੋ ਕੁਝ ਕਹਿ ਗਈ ਉਹ ਵਾਕਿਆ ਹੀ ਅਟਲ ਸਚਾਈ ਹੈ ਸਿਆਣੇ ਕਹਿੰਦੇ ਮਾਪਿਆਂ ਦੀ ਸੇਵਾ ਤੋ ਉਤਮ ਸੇਵਾ ਕੋਈ ਨਹੀਂ ਮਾਂ ਦੀ ਯਾਦ ਨੂੰ ਸਮਰਪਿਤ ਦੋ ਸਤਰਾਂ ਕਵੀਸ਼ਰ ਸਰਵਣ ਸਿੰਘ ਸ਼ਾਮ ਨਗਰ ਦੀ ਕਲਮ ਤੋ।

ਇੱਕ ਮਾਂ ਦੇ ਫੋਜ਼ੀ ਪੁੱਤ ਦੇ ਸ਼ਿਵੇ ਤੇ ਬਿਰਲਾਪ

ਰੁਬਾਈ ਛੰਦ

ਪੁਤ ਮਿਲਦੇ ਬਜਾਰੋ ਨਾ
ਪੁਛੋ ਜਾਕੇ ਮਾਪਿਆ ਤਾਂਈ
ਐਵੇ ਗਲੀ ਬਾਤੀ ਸਾਰੋ ਨਾ।

ਮਾਪੇ ਆਸਾ ਲਾਉਦੇ ਨੇ
ਵਡਾ ਹੋਕੇ ਹੋਊ ਭਰਤੀ
ਤੰਗ ਹੋ ਕੇ ਪੜਾਓਦੇ ਨੇ।

ਮਾਂ ਅਰਜਾ ਕਰਦੀ ਏ
ਪੁਤ ਮੇਰਾ ਫੌਜੀ ਹੋ ਜਾਏ
ਪਾਵੇ ਸੋਹਣੀ ਵਰਦੀ ਏ ਔ।

ਦਿਨ ਖੁਸ਼ੀਆਂ ਦਾ ਆਇਆ ਸੀ

ਫੌਜ ਵਿਚ ਹੋਇਆ ਭਰਤੀ

ਖਤ ਡਾਕੀਏ ਫੜਾਇਆ ਸੀ।

ਪੁਛੋ ਵਗਦੇ ਨੈਣਾਂ ਨੂੰ

ਵੀਰ ਪਰਦੇਸ ਚਲਿਆ

ਔਖਾ ਜਰਨਾ ਭੈਣਾਂ ਨੂੰ।

ਪੂਰਾ ਕਰਨਾ ਚਾਵਾਂ ਨੂੰ

ਨੂੰਹ ਹੁਣ ਲੈ ਆਵਣੀ

ਬੜਾ ਚਾਅ ਹੁੰਦਾ ਮਾਵਾਂ ਨੂੰ।

ਕਦੋ ਫੇਰਾ ਪਾਵੇਗਾ

ਚਿਠੀ ਲਿਖ ਛੇਤੀ ਫੌਜੀਆ

ਹੁਣ ਛੁਟੀ ਕਦ ਆਵੇਗਾ।

ਅਗ ਲਗਜੇ ਆਡਰਾਂ ਨੂੰ

ਸੋਹਣੇ ਪੁਤ ਮਾਵਾਂ ਦੇ

ਤੋਰੇ ਰਾਖੀ ਬਾਡਰਾਂ ਨੂੰ।

ਕੀਤਾ ਕਈ ਵਾਰੀ ਯਤਨਾਂ ਨੂੰ

ਸਾਹਬ ਮੇਰਾ ਛੁਟੀ ਦਵੇ ਨਾ

ਕਿਵੇ ਆਵਾਂ ਵਤਨਾਂ ਨੂੰ।

ਫਾਇਰ ਦੋਵੇ ਪਾਸੇ ਖੁਲ ਗਿਆ

ਹਦਾਂ ਵਾਲੇ ਰੌਲੇ ਮੁਕੇ ਨਾ

ਲਹੂ ਲਖਾਂ ਦਾ ਹੈ ਡੁਲ ਗਿਆ।

ਨਿਤ ਰਖਦੇ ਖਾਰਾਂ ਨੂੰ

ਪੁਤਰ ਬੇਗਾਨੇ ਮਰਦੇ

ਕੀ ਦੁਖ ਸਰਕਾਰਾਂ ਨੂੰ।

ਸਲਾਮ ਦਿਲੋ ਦਿਆ ਫੌਜਾਂ ਨੂੰ

ਜਿਹੜੇ ਆਪਾ ਹਸ ਵਾਰਗੇ

ਸਾਨੂੰ ਦੇ ਗਏ ਮੌਜਾਂ ਨੂੰ।

ਮਾਂ ਚੇਤੇ ਆਈ ਪਿਆਰੀ ਸੀ

ਜਾਲਮਾਂ ਨੇ ਭਲਾ ਕੀਤਾ ਨਾ

ਗੋਲੀ ਸੀਨੇ ਵਿਚ ਮਾਰੀ ਸੀ।

ਪੁਤ ਮਾਂ ਦਾ ਹੀਰਾ ਸੀ

ਰੋਂਦੀ ਚੂੜੇ ਵਾਲੀ ਕਿਧਰੇ

ਪੰਜ ਭੈਣਾਂ ਦਾ ਵੀਰਾਂ ਸੀ।

ਸਾਰੇ ਮਚਗੀ ਦੁਹਾਈ ਏ

ਦੇਸ਼ ਹਿਤ ਜਿੰਦ ਵਾਰਤੀ

ਲਾਸ਼ ਪਿੰਡ ਜਦ ਆਈ ਏ।

ਪੁਤ ਸਭ ਨੂੰ ਪਿਆਰੇ ਨੇ

ਸਰਵਣ ਪੁਤ ਮਾਪਿਆਂ ਦੇ

ਹੁੰਦੇ ਅਖੀਆ ਦੇ ਤਾਰੇ ਨੇ।

ਝੋਰਾ ਹਡੀਆ ਨੂੰ ਖਾਵੇ ਜੀ

ਮੁੜਕੇ ਨਾ ਮੇਲ ਹੋਵਣੇ

ਕਿਹੜਾ ਪੁਤ ਨੂੰ ਮਿਲਾਵੇ ਜੀ।

ਫੋਟੋ ਕਿਲੀਆ ਤੇ ਪੁਤਾ ਤੇਰੀਆਂ

ਮੈਥੋ ਕੀ ਗੁਨਾਹ ਹੋ ਗਿਆ

ਅਖਾਂ ਰਬ ਡਾਹਡੇ ਨੇ ਫੇਰੀਆਂ।।

ਇਕ ਛੋਟੇ ਬਚੇ ਤੋ ਉਮੀਦ ਰਖਕੇ ਪਰਵਸ਼ ਕਰਕੇ ਮਾਪਿਆ ਦਾ ਪੁਤਰ ਭਰਤੀ ਹੋਕੇ ਫਿਰ ਲਾਸ਼ ਬਣਕੇ ਘਰ ਆਉਦਾ ਉਨਾ ਮਾਪਿਆ ਨੂੰ ਪੁਛੋ ਕੀ ਬੀਤਦੀ ਹੋਵੇਗੀ

ਕਵੀਸ਼ਰ ਸਰਵਣ ਸਿੰਘ ਸ਼ਾਮ ਨਗਰ

ਕਦੀ ਵੀ ਕਿਸੇ ਦੀ ਘਰ ਦੀ ਲੜਾਈ ਵਿੱਚ ਨਈ ਆਉਣਾ ਚਾਹੀਦਾ

ਕਿਸੇ ਘਰ ਲਗੇ ਅਗ ਬਸੰਤਰ ਸਦਾਉਂਦੀ ਏ
ਲਗ ਜਾਏ ਆਪਣੇ ਤਾਂ ਅਗ ਹੀ ਕਹਾਉਂਦੀ ਏ,
ਇਹੋ ਗਲਾਂ ਵਡਿਆ ਨੇ ਸਚ ਕਹਿ ਨੇ ਛਡੀਆ
ਕਿਸੇ ਦੀ ਲੜਾਈ ਹੁੰਦੀ ਨਾ ਵੇਖੋ ਚੁਕ ਅਡੀਆ।

ਕਿਸੇ ਦੀ ਲੜਾਈ ਵਿਚ ਹਿਸਾ ਨਹੀਉ ਪਾਈਦਾ
ਬਿਨਾਂ ਮਤਲਬ ਘਰ ਕਿਸੇ ਦੇ ਨਾ ਜਾਈਦਾ,
ਨਿਕੀਆ ਨੇ ਗਲਾਂ ਫਿਰ ਹੋ ਜਾਣ ਵਡੀਆ
ਕਿਸੇ ਦੀ ਲੜਾਈ ਹੁੰਦੀ ਨਾ ਵੇਖੋ ਚੁਕ ਅਡੀਆ।

ਕਈ ਵਾਰੀ ਕੁਟ ਯਾਰੋ ਛੁਡਾਵੇ ਤਾਂਈ ਪੈਂਦੀ ਏ
ਦੁਨੀਆਂ ਤਾਂ ਵੀਰੋ ਬਸ ਵੈਰ ਕਢ ਲੈਂਦੀ ਏ,
ਕਈ ਥਾਂਈ ਵੇਖੋ ਲੋਕਾਂ ਲੱਤਾ ਬਾਹਾਂ ਵਡੀਆ
ਕਿਸੇ ਦੀ ਲੜਾਈ ਹੁੰਦੀ ਨਾ ਵੇਖੋ ਚੁਕ ਅਡੀਆ।

ਝਗੜਾ ਜੇ ਗਲ ਪੈਜੇ ਵਾਧੂ ਪੈਂਦੇ ਖਰਚੇ
ਕਈਆਂ ਉਤੇ ਪੈ ਜਾਦੇ ਝੂਠੇ ਮੂਠੇ ਪਰਚੇ,
ਜਾਂਦੀਆਂ ਨੇ ਭਰ ਭਰ ਅਦਾਲਤਾਂ ਨੂੰ ਗਡੀਆ
ਕਿਸੇ ਦੀ ਲੜਾਈ ਹੁੰਦੀ ਨਾ ਵੇਖੋ ਚੁਕ ਅਡੀਆ।

ਝਗੜੇ ਤਾਂ ਘਰ ਘਰ ਬਣਗੀ ਕਹਾਣੀ ਏ
ਇਕ ਵਿਹੜੇ ਰਹਿਕੇ ਵੀ ਵਖ ਰੋਟੀ ਪਾਣੀ ਏ,
ਚੁਕਣਾ ਨੇ ਘਰ ਪਾੜੇ ਕਸਰਾ ਨੇ ਕਢੀਆ
ਕਿਸੇ ਦੀ ਲੜਾਈ ਹੁੰਦੀ ਨਾ ਵੇਖੋ ਚੁਕ ਅਡੀਆ।

ਜਿੰਦਗੀ ਹੈ ਅਨਮੁਲੀ ਪਿਆਰ ਨਾ ਜੀਅ ਲਿਉ
ਕਰਦਾ ਕੋਈ ਗਲ ਮਾੜੀ ਸਬਰ ਘੁਟ ਪੀ ਲਿਉ
ਸਰਵਣ ਵੀ ਭਲਾ ਮੰਗੇ ਨਾ ਪੁਟੋ ਖੂਹ ਖਡੀਆ
ਕਿਸੇ ਦੀ ਲੜਾਈ ਹੁੰਦੀ ਨਾ ਵੇਖੋ ਚੁਕ ਅਡੀਆ।।

ਭਾਰਤ ਦੀ ਨਿਆਂ ਪ੍ਰਣਾਲੀ

ਤਰਜ ਛੰਦ

ਕਿਹੜਾ ਅਦਾਲਤਾ ਚ ਰੱਬ ਆਪ ਬੈਠਦਾ
ਜੋ ਪੂਰਾ ਪੂਰਾ ਕੰਡਾ ਤੋਲੂਗਾ,
ਇਥੇ ਸਚਿਆ ਨੂੰ ਮਿਲਦੀਆਂ ਬੰਦੀਆਂ
ਭਗੌੜਿਆਂ ਦਾ ਪੈਸਾ ਬੋਲੂਗਾ।

ਮੇਰੇ ਦੇਸ਼ ਤਾਈ ਲੁਟਿਆ ਲੁਟੇਰਿਆਂ ਤੇ
ਝੂਠ ਹਦੋ ਬਹੁਤ ਹੋ ਗਿਆ,
ਇਥੇ ਮਾਰ ਮਾਰ ਅਦਾਲਤਾਂ ਚ ਗੇੜੇ
ਗਰੀਬਾਂ ਵਾਲਾ ਖੂਨ ਚੋ।

ਕਿਥੇ ਲੁਕ ਗਿਆ ਰਬਾ ਮੇਰੇ ਡਾਡਿਆ
ਉਡੀਕਾ ਵਿਚ ਲੋਕ ਖਪ ਗਏ,
ਸਾਰਾ ਲੁਟ ਕੇ ਜਮਾਨਾ ਲਿਆ ਖਾ
ਗਰੀਬਾਂ ਵਾਲੇ ਹਕ ਨਪ ਗਏ।

ਇਥੇ ਮਾੜੇ ਤਾਈ ਰੋਟੀ ਨਾ
ਨਸੀਬ ਕੁਤਿਆਂ ਨੂੰ ਦੁਧ ਮਿਲਦਾ,
ਵਿਚ ਪਾਕੇ ਮਿਲਾਵਟ ਕੈਮੀਕਲਾਂ ਦੀ
ਟੈਗ ਉਤੇ ਸ਼ੁੱਧ ਮਿਲਦਾ।

ਮੈਨੂੰ ਲਗਦਾ ਏ ਰਬ ਇਥੇ ਦੋ ਨੇ
ਅਮੀਰ ਤੇ ਗਰੀਬ ਵਾਲੜਾ,
ਇਕ ਪੈਸੇ ਨਾਲ ਬਣ ਬੈਠੇ ਯੋਧੇ
ਗੋਲੀ ਨਾਲ ਮਰੇ ਖਾਲੜਾ।

ਸਾਡੇ ਮੁਢ ਤੋ ਹੀ ਸਿਰ ਆਈਆਂ ਪੈਦੀਆ
ਹਿਕ ਡਾਹਕੇ ਅਸੀ ਸਹਿੰਦੇ ਰਹੇ,
ਅਸੀ ਜੰਗਲਾਂ ਕਟ ਲਈਆ ਰਾਤਾਂ
ਸਿਰਾਂ ਵਾਲੇ ਮੁੱਲ ਪੈਦੇ ਰਹੇ।

ਜਿਹੜਾ ਰਜ ਰਜ ਲਾਵੇ ਇਥੇ ਚੂਨਾ
ਸਰਕਾਰ ਸਦਾ ਪਖ ਪੂਰਦੀ,

ਅਸੀ ਮੰਗ ਲਈਏ ਹਕ ਜਿਹੜੇ ਬਣਦੇ

ਤੇ ਅਖਾਂ ਕਢ ਕਢ ਘੂਰਦੀ।

ਇਹ ਦੇਸ਼ ਹੈ ਅਮੀਰ ਸਾਰੇ ਜਗ ਤੋਂ

ਕਰ ਕੇ ਵੀਚਾਰ ਵੇਖ ਲਉ,

ਕਿਹਨੂੰ ਦੋਸ਼ ਦਈਏ ਹਥੀ ਆਪ ਚੁਣ

ਲਈ ਝੂਠੀ ਸਰਕਾਰ ਵੇਖ ਲਉ।

ਇਥੇ ਕਿਰਤੀ ਨੂੰ ਹਕ ਨਹੀਉ ਮਿਲਦਾ

ਹਾਲ ਕੌਣ ਜਾਣੇ ਦਿਲ ਦਾ,

ਛਡ ਠਗੀਆ ਤੇ ਨਾਮ ਜਪ ਸਰਵਣਾ

ਮੌਕਾ ਨਹੀਉ ਫੇਰ ਮਿਲਦਾ।।

ਦੇਸ਼ ਦੇ ਨਕਾਮ ਲੀਡਰ

ਕੋਰੜਾ ਛੰਦ

ਨਕਸ਼ੇ ਤੇ ਦੇਸ਼ ਮੇਰਾ ਬਲ ਵਾਨ ਹੈ
ਦੇਸ਼ ਮੇਰਾ ਸਾਡੀ ਵੀਰੋ ਜਿੰਦ ਜਾਨ ਹੈ,
ਸਦਾ ਸਰਬਤ ਦਾ ਹੈ ਭਲਾ ਮੰਗਿਆ
ਛੜਿਆ ਨੇ ਦੇਸ਼ ਮੇਰਾ ਸੂਲੀ ਟੰਗਿਆ।

ਪੜ ਇਤਿਹਾਸ ਕਿਤੇ ਵੇਖ ਮੋਦੀਆ
ਕਰਦੈ ਕਿਓ ਏਨੇ ਤੂੰ ਖੇਖ ਮੋਦੀਆ
ਹੋਕੇ ਰਾਜਾ ਝੂਠ ਤੋ ਨਾ ਜਰਾ ਸੰਗਿਆ
ਛੜਿਆ ਨੇ ਦੇਸ਼ ਮੇਰਾ ਸੂਲੀ ਟੰਗਿਆ।

ਸਾਡੇ ਸਿਰ ਉਤੇ ਵੇਖ ਦੇਸ਼ ਚਲਦਾ
ਰਖੀ ਨਾ ਭੁਲੇਖਾ ਸ਼ਾਹ ਤੂੰ ਕਿਸੇ ਗਲ ਦਾ,
ਕਿਰਤੀ ਕਿਸਾਨਾਂ ਵੇਖ ਹਕ ਮੰਗਿਆ
ਛੜਿਆ ਨੇ ਦੇਸ਼ ਮੇਰਾ ਸੂਲੀ ਟੰਗਿਆ।

ਅੰਬਾਨੀ ਤੇ ਅੰਡਾਨੀ ਜਿਹੜੇ ਤੇਰੇ ਯਾਰ ਨੇ

ਉਨਾ ਬਸ ਵੇਖ ਪਾਲੇ ਪਰਵਾਰ ਨੇ,

ਭੁਲ ਕਿਰਦਾਰ ਹਦੋ ਅਗੇ ਲੰਘੇ ਆ

ਛੜਿਆ ਨੇ ਦੇਸ਼ ਮੇਰਾ ਸੂਲੀ ਟੰਗਿਆ।

ਤੇਰੇ ਤੇ ਭਰੋਸਾ ਸਾਰੇ ਦੇਸ਼ ਕੀਤਾ ਏ

ਖੂਨ ਤੂੰ ਗਰੀਬਾਂ ਵਾਲਾ ਖੂਬ ਪੀਤਾ ਏ,

ਝਾਤ ਮਾਰ ਕਿਨੇ ਭੁਖੇ ਅਤੇ ਨੰਗੇ ਆ

ਛੜਿਆ ਨੇ ਦੇਸ਼ ਮੇਰਾ ਸੂਲੀ ਟੰਗਿਆ।

ਸਾਡੇ ਉਤੇ ਹਥ ਗੁਰੂ ਬਾਜਾਂ ਵਾਲੇ ਦਾ

ਹਦੋ ਵਧ ਮਾਣ ਸਾਨੂੰ ਤਾਜਾਂ ਵਾਲੇ ਦਾ,

ਜਿਹਦੇ ਮੂਹਰੇ ਜਾਬਰ ਨਾ ਜਰਾ ਖੰਗਿਆ

ਛੜਿਆ ਨੇ ਦੇਸ਼ ਮੇਰਾ ਸੂਲੀ ਟੰਗਿਆ।

ਅਜੇ ਵੀ ਵਕਤ ਮੋਦੀ ਸਾਂਭ ਬਲਿਆ

ਰਾਜ ਤੇਰਾ ਅਖਾ ਸਾਹਵੇ ਡੁਬ ਚੱਲਿਆ,

ਸਰਵਣ ਸਿੰਘਾਂ ਹਉਮੈ ਵਿਚ ਮੋਦੀ ਰੰਗਿਆ

ਛੜਿਆ ਨੇ ਦੇਸ਼ ਮੇਰਾ ਸੂਲੀ ਟੰਗਿਆ।।

ਕਿਸਾਨੀ ਮੋਰਚੇ ਵੱਲੋਂ ਹਾਕਮ ਨੂੰ ਸੁਨੇਹਾ

ਤਰਜ ਛੰਦ

ਐਵੇ ਸਮਝੀ ਨਾ ਬਹੁਤੇ ਸਿਧੇ ਸਾਦੇ ਨੀ
ਸਾਡੇ ਸ਼ੇਰਾਂ ਨਾਲੋ ਵਧਕੇ ਨੇ ਮਾਦੇ ਨੀ
ਜਿਥੇ ਅੜਜੇ ਗਰਾਰੀ
ਕਦੇ ਬੈਕ ਨਹੀਉ ਮਾਰੀ
ਸਾਰਾ ਜਗ ਜਾਣੇ ਸਾਡੀ ਪਕੀ ਹਿੰਡ ਦਿਲੀਏ
ਸਾਨੂੰ ਜਾਨ ਤੋ ਸਾਨੂੰ ਜਾਨ ਤੋ,
ਪਿਆਰੇ ਖੇਤ ਪਿੰਡ ਦਿਲੀਏ ਨੀ ਸਾਨੂੰ ਜਾਨ ਤੋ।

ਅਸੀ ਖੂਨ ਤੇ ਪਸੀਨਾ ਇਕ ਕਰਦੇ
ਢਿਡ ਸਾਰੇ ਹੀ ਜਹਾਨ ਦਾ ਹਾਂ ਭਰਦੇ
ਸਾਡੇ ਵਲ ਜਰਾ ਤਕ
ਅਸੀ ਦਬੀਏ ਨਾ ਹਕ
ਅਸੀ ਲੰਗਰ ਛਕਾਈਏ ਨਿਰਵੈਰ ਦਿਲੀਏ

ਹੁਣ ਲਗਦੀ ਹੁਣ ਲਗਦੀ

ਨਾ ਤੇਰੀ ਕਿਤੇ ਖੈਰ ਦਿਲੀਏ ਨੀ ਹੁਣ ਲਗਦੀ।

ਦਿਲੀ ਮਾਰੀ ਬਿਲੀ ਮਾਰੀ ਇਕ ਗਲ ਐ

ਹਕ ਲੈਣੇ ਤੈਥੋ ਸਾਡਾ ਇਕੋ ਹਲ ਐ

ਅਸੀ ਕਰਦੇ ਨਾ ਵਾਧਾ

ਕਦੇ ਜਰਦੇ ਨਾ ਵਾਧਾ

ਸਾਡਾ ਇਕੋ ਹੀ ਅਸੂਲ ਬੜਾ ਵਖ ਦਿਲੀਏ

ਅਸੀਂ ਛਡੀਏ ਅਸੀ ਛਡੀਏ

ਨਾ ਪਲੇ ਤੇਰੇ ਕਖ ਦਿਲੀਏ ਨੀ ਅਸੀ ਛਡੀਏ।

ਥੋੜਾ ਜਿਹਾ ਤੂੰ ਦਿਮਾਗ ਨਾਲ ਸੋਚ ਲੈ

ਸਾਡੇ ਜੋ ਨੇ ਖਿਆਲ ਥੋੜਾ ਬੋਚ ਲੈ

ਐਵੇ ਕਰੇ ਮਨਮਾਨੀ

ਪਿਛੇ ਲਗਕੇ ਅਡਾਨੀ

ਤੇਰੇ ਦੇਣੇ ਨੇ ਤਪੜ ਇਨਾਂ ਰੋਲ ਦਿਲੀਏ

ਜਰਾ ਆਪਣਾ ਜਰਾ ਆਪਣਾ

ਦਿਮਾਗ ਥੋੜਾ ਖੋਲ ਦਿਲੀਏ ਨੀ ਜਰਾ ਆਪਣਾ।

ਬਿਲ ਰਦ ਤੋ ਬਗੈਰ ਆਪਾ ਬਹਿਣਾ ਨਾ

ਤੇਰਾ ਹੋਰ ਵੀ ਜੁਲਮ ਹੁਣ ਸਹਿਣਾ ਨਾ

ਸਰਵਣ ਸਚੀਆ ਬਤਾਵੇ

ਤੈਨੂੰ ਸ਼ਰਮ ਨਾ ਆਵੇ

ਫਿਰ ਦਵੇਗੀ ਉਲਾਮਾ ਰੋ ਕੇ ਸਾਨੂੰ ਦਿਲੀਏ

ਪਹਿਲਾਂ ਚੁਕਲੈ ਪਹਿਲਾਂ ਚੁਕਲੈ

ਤੂੰ ਬਿਲ ਜਿਹੜੇ ਠੋਕੇ ਦਿਲੀਏ ਨੀ ਪਹਿਲਾਂ ਚੁਕਲੈ।।

ਕਿਸਾਨੀ ਮੋਰਚੇ ਨੂੰ ਜਿੱਤ ਕੇ ਆਏ ਵੀਰ ਦਾ ਸਵਾਗਤ ਕਲਮ ਰਾਹੀ

ਕਸੂਰੀ ਛੰਦ

ਜੇ ਯੋਧਿਆਂ ਨੇ ਪੈਰ ਨਹੀਂ ਪਿਛਾ ਪੁਟਿਆ
ਅਜ ਮਣਾ ਦੇ ਹਿਸਾਬ ਉਤੋ ਫੁਲ ਸੁਟਿਆ,
ਹਰ ਚਿਹਰੇ ਉਤੇ ਲਾਲੀ ਰੰਗ ਜਿਉ ਗੁਲਾਬ ਨੂੰ
ਆਗੇ ਜਿਤ ਕੇ ਮੈਦਾਨ ਸੂਰਮੇ ਪੰਜਾਬ ਨੂੰ।

ਬੜੇ ਚਿਰਾਂ ਤੋਂ ਉਡੀਕ ਦਿਲ ਹੈ ਸੀ ਜਿਤ ਦੀ
ਜਿੰਦ ਵਾਰ ਰਾਖੀ ਕਰਦੇ ਨੇ ਯੋਧੇ ਹਿਤ ਦੀ,
ਕਦੇ ਕਰਦੇ ਨਾ ਘਾਟ ਵਾਧ ਤੇ ਹਿਸਾਬ ਨੂੰ
ਆਗੇ ਜਿਤ ਕੇ ਮੈਦਾਨ ਸੂਰਮੇ ਪੰਜਾਬ ਨੂੰ।

ਡਾਗਾਂ ਗੋਲੀਆਂ ਤੇ ਵੈਰੀ ਲਾਇਆ ਬੈਰੀਗੇਟ ਨੂੰ
ਕਦੇ ਅਣਖਾਂ ਦੇ ਹਾਮੀ ਕਰਦੇ ਨਾ ਵੇਟ ਨੂੰ,
ਅਗੋ ਕਰਦੇ ਮਖੌਲਾਂ ਸਮੇਂ ਦੇ ਨਵਾਬ ਨੂੰ

ਆਗੇ ਜਿਤ ਕੇ ਮੈਦਾਨ ਸੂਰਮੇ ਪੰਜਾਬ ਨੂੰ।

ਸਾਡੇ ਸਾਰੇ ਹੀ ਜਹਾਨ ਤੇ ਰਿਕਾਡ ਬੋਲਦੇ
ਜਗ ਜਾਹਿਰ ਹੋਗੇ ਕਿਸੇ ਹਾਕਮਾਂ ਦੇ ਪੋਲ ਦੇ,
ਪੂਰਾ ਦਿੱਤਾ ਨਹੀਉ ਹੋਣ ਅੰਬਾਨੀ ਦੇ ਖਵਾਬ ਨੂੰ
ਆਗੇ ਜਿਤ ਕੇ ਮੈਦਾਨ ਸੂਰਮੇ ਪੰਜਾਬ ਨੂੰ।

ਜਿਹੜੀ ਸਤਾ ਵਾਲਾ ਪਾਰਾ ਅਸਮਾਨੀ ਚੜਿਆ
ਵੇਖ ਸਿੰਘਾਂ ਅਗੇ ਕੰਮ ਨਾਹੀ ਕਦੇ ਅੜਿਆ
ਦੇਦੇ ਅਟਕ ਦਰਿਆ ਰੋਕਦੇ ਝਨਾਬ ਨੂੰ
ਆਗੇ ਜਿਤ ਕੇ ਮੈਦਾਨ ਸੂਰਮੇ ਪੰਜਾਬ ਨੂੰ।

ਅਸੀ ਕਿਸੇ ਨਾਲ ਵਾਧਾ ਨਾਹੀ ਕਦੇ ਕਰਦੇ
ਜੇ ਚੜੇ ਸਿਰ ਫਿਰ ਨਹੀਉ ਮਿੰਟ ਜਰਦੇ
ਸਰਵਣ ਪੜ ਇਤਿਹਾਸ ਖੋਲਕੇ ਕਿਤਾਬ ਨੂੰ
ਆਗੇ ਜਿਤ ਕੇ ਮੈਦਾਨ ਸੂਰਮੇ ਪੰਜਾਬ ਨੂੰ।

1947 ਦੀ ਵੰਡ ਅਤੇ ਅੱਜ ਦੇ ਹਲਾਤਾਂ ਬਾਬਤ

ਤਰਜ ਛੰਦ

ਵਿਚ ਸੰਤਾਲੀ ਸੀ ਉਜਾੜਾ ਪੈਦਾ ਵੇਖਿਆ

ਹਸਦੇ ਪੰਜਾਬ ਦਾ ਮੈ ਪਾੜਾ ਪੈਦਾ ਵੇਖਿਆ,

ਜਿਹੜੇ ਚੁਲਿਆ ਤੇ ਵਿਹੜਿਆ ਚ ਰੌਣਕਾਂ

ਉਨਾਂ ਤਾਂਈ ਗਮ ਛਾ ਗਿਆ,

ਮੇਰੇ ਦੇਸ਼ ਤਾਈ ਲੁਟਿਆ ਲੁਟੇਰਿਆਂ

ਜਵਾਨੀ ਤਾਈਂ ਨਸ਼ਾ ਖਾ ਗਿਆ।

ਭੋਲੇ ਭਾਲੇ ਲੋਕਾਂ ਤਾਈਂ ਕੀਤਾ ਮਜਬੂਰ ਸੀ

ਭੈਣਾਂ ਤਾਈ ਵੀਰ ਪੁਤ ਮਾਪਿਆਂ ਤੋ ਦੂਰ ਸੀ,

ਖੂਨ ਡੁਲਿਆ ਬੇਦੋਸ਼ੇ ਬੰਦੇ ਮਰ ਗਏ

ਦਿਲਾਂ ਦਾ ਵਿਛੋੜਾ ਪਾ ਗਿਆ,

ਮੇਰੇ ਦੇਸ਼ ਤਾਈ ਲੁਟਿਆ ਲੁਟੇਰਿਆਂ

ਜਵਾਨੀ ਤਾਈਂ ਨਸ਼ਾ ਖਾ ਗਿਆ।

ਛਡਕੇ ਜਮੀਨਾਂ ਘਰ ਬਾਰ ਕਈ ਨਸ ਗਏ

ਦਿਲ ਫਿਰੇ ਚੜ੍ਹਦੇ ਤੇ ਲਹਿੰਦੇ ਭਾਵੇ ਵਸ ਗਏ,
ਸਾਡੇ ਖਾਬਾਂ ਵਿਚ ਵਸਦੈ ਪੰਜਾਬ
ਯਾਦਾਂ ਵਾਲਾ ਜੋਰ ਪਾ ਗਿਆ,
ਮੇਰੇ ਦੇਸ਼ ਤਾਈ ਲੁਟਿਆ ਲੁਟੇਰਿਆਂ
ਜਵਾਨੀ ਤਾਈ ਨਸ਼ਾ ਖਾ ਗਿਆ।

ਮੁਸਲਿਮ ਭਾਈਚਾਰਾ ਹਿੰਦੂ ਅਤੇ ਸਿਖ ਸੀ
ਸੁਖਾਂ ਵੇਲੇ ਖੁਸ਼ੀਆ ਤੇ ਦੁੱਖਾਂ ਵੇਲੇ ਇਕ ਸੀ,
ਅਜ ਪੈਸੇ ਪਿਛੇ ਲਗ ਭੁਲੇ ਰਿਸ਼ਤੇ
ਤੇ ਕੈਸਾ ਹੈ ਜਮਾਨਾ ਆ ਗਿਆ,
ਮੇਰੇ ਦੇਸ਼ ਤਾਈ ਲੁਟਿਆ ਲੁਟੇਰਿਆਂ
ਜਵਾਨੀ ਤਾਈਂ ਨਸ਼ਾ ਖਾ ਗਿਆ।

ਇਕਠੇ ਹੋਜੋ ਵੀਰਨੋ ਤੇ ਵਿਰਸਾ ਸੰਭਾਲਿਉ
ਹੋਏ ਧੋਖੇ ਸਾਡੇ ਨਾਲ ਹੁਣ ਵੀ ਨਾ ਖਾ ਲਿਉ,
ਪਿਤਾ ਮੰਨਿਉ ਗੁਰੂ ਦਸ਼ਮੇਸ਼ ਨੂੰ
ਸਾਡੇ ਲਈ ਜੋ ਪੁਤ ਲਾ ਗਿਆ

ਮੇਰੇ ਦੇਸ਼ ਤਾਈ ਲੁਟਿਆ ਲੁਟੇਰਿਆਂ

ਜਵਾਨੀ ਤਾਈ ਨਸ਼ਾ ਖਾ ਗਿਆ।

ਲੁਕ ਲੁਕ ਵਾਰ ਅਜੇ ਕਰੀ ਜਾਦੇ ਕੌਮ ਤੇ

ਰਖਦੇ ਭਰੋਸਾ ਨਹੀਉ ਅਲਾ ਰਾਮ ਓਮ ਤੇ,

ਭਲਾ ਕੁਲ ਹੈ ਲੋਕਾਈ ਵਾਲਾ ਮੰਗਦਾ

ਬਾਬਾ ਜਿਹੜਾ ਬੂਟਾ ਲਾ ਗਿਆ,

ਮੇਰੇ ਦੇਸ਼ ਤਾਈ ਲੁਟਿਆ ਲੁਟੇਰਿਆਂ

ਜਵਾਨੀ ਤਾਈਂ ਨਸ਼ਾ ਖਾ ਗਿਆ।

ਟੁੰਬਦੇ ਅਣਖ ਵਾਲੇ ਬੋਲ ਤੀਰ ਵਾਲਿਆਂ

ਜਾਬਰਾਂ ਨਾ ਮਥਾ ਜਦੋ ਚਾਲੀਆ ਨੇ ਲਾ ਲਿਆ

ਅਜ ਮਾਡਲ ਜਮਾਨੇ ਵਾਲੇ ਸਰਵਣਾ

ਦਿਲਾ ਤਾਈਂ ਭਰਮਾ ਲਿਆ

ਮੇਰੇ ਦੇਸ਼ ਤਾਈ ਲੁਟਿਆ ਲੁਟੇਰਿਆਂ

ਜਵਾਨੀ ਤਾਈ ਨਸ਼ਾ ਖਾ ਗਿਆ।।